நிறங்கள்

வி.எஸ்.ரோமா

Copyright © V. S. Roma
All Rights Reserved.

This book has been self-published with all reasonable efforts taken to make the material error-free by the author. No part of this book shall be used, reproduced in any manner whatsoever without written permission from the author, except in the case of brief quotations embodied in critical articles and reviews.

The Author of this book is solely responsible and liable for its content including but not limited to the views, representations, descriptions, statements, information, opinions and references ["Content"]. The Content of this book shall not constitute or be construed or deemed to reflect the opinion or expression of the Publisher or Editor. Neither the Publisher nor Editor endorse or approve the Content of this book or guarantee the reliability, accuracy or completeness of the Content published herein and do not make any representations or warranties of any kind, express or implied, including but not limited to the implied warranties of merchantability, fitness for a particular purpose. The Publisher and Editor shall not be liable whatsoever for any errors, omissions, whether such errors or omissions result from negligence, accident, or any other cause or claims for loss or damages of any kind, including without limitation, indirect or consequential loss or damage arising out of use, inability to use, or about the reliability, accuracy or sufficiency of the information contained in this book.

Made with ♥ on the Notion Press Platform
www.notionpress.com

பொருளடக்கம்

1. நிறங்கள் 1

1

நிறங்கள்

1. இரண்டு ஓவியர்கள்

- கா. ஸ்ரீ. ஸ்ரீ.

ஒரே அழகியை இரண்டு ஓவியர்கள் காதலித்தார்கள். அவர்கள் இருவரில் யாரைத் தேர்ந்தெடுப்பது என்று அவளுக்குப் புரியவில்லை.

இருவருடைய சுபாவங்களும் திராக்ஷைக் கனி யைப்-போல இனிமையாக இருந்தன.

இருவருடைய கலைகளும் மின்னலைப்போல ஒளி வீசின.

இருவருடைய உருவங்களும், பிரம்மா ஒரே பிம்பத்தை இரண்டு ஓவியங்களாக வரைந்தானோ என்று சொல்லும்படி இருந்தன.

அழகியின் தோழியர் அவளிடம், “நீ ஏதாவது ஒரு பணயம் வை. அதில் எவன் வெற்றி பெறுகிறானோ அவனுக்கே மாலையிடு” என்றார்கள்.

ஆனால் எதைப் பணயமாக வைப்பது?

வில்லை முறிப்பதா? சே! தூலிகையைக் காட்டிலும் கனமான வஸ்துவை அவ்விருவரில் ஒருவனாவது கையால்

எடுத்ததில்லையே!

மத்ஸ்யத்தைப் பேதிக்கும் பணயமா?

இருவருமே ஓவியர்களாகப் பிறந்தவர்கள். மீனைக் குறி பார்த்து அடிப்பதற்குப் பதிலாக, அதன் அழகிய கண்க-ளையே அவர்கள் பார்த்துக் கொண்டிருப்பார்கள்!

வெகு நேரம் சிந்தித்தபின்பு அவளுக்கு ஓர் எண்ணம் தோன்றிற்று.

அவர்கள் இருவரையும் கூப்பிட்டு, "எனக்கு ஒரு சித்தி-ரம் வேண்டும்" என்று சொன்னாள்.

"ஒன்றா? சித்திரங்களையே நடைபாவாடையாக அமைத்துக்கொண்டு வேண்டுமானால் பூப் பிரதக்ஷிணம் செய்" என்றான் முதல்வன்.

இரண்டாமவன், "உனக்கு எத்தகைய சித்திரம் வேண்-டும்?" என்று கேள்வி கேட்டான்.

"மாலைநேரத்துச் சித்திரம்."

இரண்டு ஓவியர்களும் மாலைநேரத்துச் சித்திரம் வரைய, சேர்ந்தாற்போல் உட்கார்ந்தார்கள். அந்த அழகியின் ரஸி-கத்தன்மையை நினைந்து இருவருமே வியந்தார்கள். 'இயற்-கையினிடத்திலே உள்ள மிகவும் அழகிய சித்திரம் மாலை-வேளை தான்' என்றது அவர்களுடைய கலைப்பார்வை.

இனிய மாலை நிறங்கள் கிர் கிர் என்று மாறிச் சுழன்றன. இளம்பருவத்து மங்கையின் உள்ளத்திலே எழும் காதல் உணர்ச்சிகளோ இவை என்று தோன்றின.

கதிரவனின் சூடு அணுவளவும் தென்படவில்லை. அந்-தப்புரத்து வாசலில் நிற்கும் வீர புருஷனுடைய வதனத்தில் கடுமையின் நிழலை யாராவது பார்த்தது உண்டா?

பறவைகள் கூட்டங் கூட்டமாகக் கூடுகளை நோக்கி விரைந்தன. ஆனந்த அலைகள் உருவெடுத்துப் பாய்ந்தால், இப்படித்தானே தென்படும்?

இரண்டு கலைஞர்களும் இனிய கற்பனை அலைகளில் விளையாடிக் கொண்டே மாலையழகை ஆவலோடு பார்த்-துக் கொண்டிருந்தனர்.

காற்றினால் உதிர்ந்த சருகு ஒன்று அந்தரத்தில் மிதந்துகொண்டே வந்து முதல் ஓவியனுடைய உட லின்மேல் விழுந்தது. எதிரே காணும் அழகிய காட் சிக்கு அது அடியோடு ஒவ்வாதது என்று அவனுக்குத் தோன்றிற்று.கோபாவேசத்தில் அவன் அதைப் பொடி சூர்ணமாக்கிவிட்டான். பக்கத்திலே ஆட்டு மந்தை ஒன்று குதித்துக்கொண்டே போயிற்று. கன்னங் கரியகிழக் கோவலன் எருமைக் குரலில் பாடிக் கொண்டே அந்த மந்தைக்குப் பின்னால் போனான். அவன் கையில் ஏதோ ஒன்று இருந்தது.ஆனால் அது என்ன என்று தென்படுவதற்கு முன்பே, முன்பே, முதல் ஓவியன், “அடே கிழவா, பெரிய பாடகனாகிவிட் டாயோ நீ, பாட்டுப் பாட!” என்றான்.

கிழவன் திடுக்கிட்டான். சட்டென்று முதுகைத் திருப்பிக்கொண்டு நொடிப்பொழுதில் மறைந்து போனான்.

நேர்த்தியான மெல்லிய திரையினால் மூடிய இரண்டு சித்திரங்கள் அழகியின் அந்தப்புரத் துக்கு வந்தன. இரண்டு ஓவியர்களும் அவரவர் சித் திரத்தின் அருகில் நின்றார்கள். கையில் மாலையை ஏந்தி, அழகி முன்னால் வந்தாள். அவள் கைகள் மட்டுமல்ல, இருதயமும் நடுங்கிக்கொண்டிருந்தது.

முதல் ஓவியன் தன் சித்திரத்தின் திரையை. விலக்கினான்.

‘ரங்கநாதன்’ என்பது சித்திரத்தின் பெயர். மாலை நேரத்துக் கதிரவன் ராஸக்கிரீடை செய்கிறான்;

பலவித நிறங்களால் தம்மை அலங்கரித்துக்கொண்ட மேகமாலைகள் கோபிகளைப்போல அவனைச் சுற்றி வட்டமிட்டுக் கும்மியடிக்கின்றன. சாயங்காலத்தில் வீடு திரும்பும் மாடுகன்றுகள் இந்த ரங்கநாதனின் குழ லோசையில் மயங்கித்தான் அப்படி ஓடுகின்றனவோ என்று தோற்றியது.

அவனுடைய தூலிகை தன் மாயவித்தையினால் சாயங்காலத்து அற்புதம் முழுவதையும், அழகு முழு வதையும், வசப்படுத்திக்கொண்டது.

இரண்டாவது ஓவியன் பயந்துகொண்டே தன் சித்திரத்தின் திரையை அகற்றினான்.

முகிலழகன் என்பது சித்திரத்தின் பெயர். அந்த ஓவியத்தில், அழகிய மாலைப்பொழுது யாரையோ அன்போடு பார்த்துக்கொண்டிருப்பது போலத் தோற்றியது. ஒரு கிழக் கோவலன் உரு வம் அது. தாடி வளர்ந்து, மூலைக் கோவணம் கட் டிய அந்த மனிதன், அறுவடையான வயல் வழியே மெதுவாகப் போய்க்கொண்டிருந்தான்.

அந்த ஆயன் ஓர் ஆட்டுக் குட்டியை மார்பில் அணைத்திருந்தான். முன்னால் போகும் மந்தையி லிருந்து ஒரு வெள்ளாடு பின்னால் திரும்பித் திரும்பிப் பார்த்துக்கொண்டிருந்தது. அதுதான் அந்த ஆட்டுக் குட்டியின் தாயாக இருக்கவேண்டும்.

அழகி இரண்டாவது ஓவியன் கழுத்தில் புஷ்ப மாலையை அணிந்தாள். உடனே, முதல் ஓவியனின் பக்கமாகத் திரும்பி, “உங்களுடைய சித்திரம் எத் தனை அழகாக இருக்கிறது, அண்ணா! தங்கைக்குப் பரிசாக நீங்கள் அதை எனக்குக் கொடுத்துவிட வேண்டும்” என்றாள்.

2. வேட்கையின் நிறங்கள்

- நிலாரசிகன்

அவளது விரல்களின் நீட்சியே மோகமாய் உருப்பெற்று என்னுடலை சில்லிடவைக்கிறது. கற்பனைகளில் வெண்ணிற புரவியேறி கூந்தல் காற்றிலாட அவள் என்னை நோக்கியே எப்போதும் பயணிப்பதாய் எண்ணம் தோன்றுகிறது.அவள் என் வகுப்புத்தோழி நதியா. பத்தாம் வகுப்பில்தான் எங்கள் வகுப்பில் வந்து சேர்ந்தாள். அவளைக் கண்ட நொடி முதல் என்னுலகில் வலம் வந்த ஆண்கள் அனைவரும் கரைந்து மறைந்துபோனார்கள்.

என் அருகில் அமர்ந்தபோது அவள் உடலிலிருந்து பரவிய வாசனைக்கு என் பெண்மையை தட்டி எழுப்பும்

கரங்கள் இருந்ததோ என்றே எண்ணி வியந்தேன். வேதா என்கிற என் பெயரை வெறுக்க ஆரம்பித்து எப்போதும் நதியா என்றே முணுமுணுக்க துவங்கியது இதழ்கள்.யாராவது நதியா என்றழைத்தால் சட்டென்றொரு நிமிட சில்லிப்பு உடலை ஆக்கிரமித்துக்கொள்ளும். பேனா அல்லது ஏதோவொன்று வாங்க அவளது கைவிரல்கள் என்னிடம் நீள்கின்றபோதெல்லாம் புரிந்துகொள்ள இயலாத அகத்தூண்டலில் திண்டாடினேன் நான். நதியா உன்னை விரும்புகிறேன் என்று சொல்லிவிட முயன்று முயன்று நான் தோற்பதை எப்போது அறிந்துகொள்வாள் அவள்?

“என்னடி திரும்பவும் கனவுக்கு போயிட்டியா?” நதியா என் வகுப்பில் சேர்ந்த பொழுதுகளை அசைபோட்டபடி படுக்கையில் கிடந்தவளை உசுப்பியது அந்தக் கேள்வி.படுத்துக்கொண்டே தலை திருப்பி அவளை பார்த்தேன்.நீல நிற முழுக்கை சட்டையும் கறுப்பு நிற ஜீன்ஸுமாய் நின்றிருந்தாள்.

ஓடிச்சென்று கட்டிக்கொள்ளலாம் போலிருந்தது. “ஒண்ணுமில்ல நதி...சரி ஆபீஸ் கிளம்பிட்டியா?” அந்த நீலநிற சட்டையை ரசித்துக்கொண்டே கேட்டேன்.

“ஆமாடி இன்னைக்கு சீக்கிரம் போகணும் ஒரு ப்ராஜக்ட் டெட்லைன்,சாயங்காலம் வர லேட்டாகும் கோவிச்சுக்காத செல்லம்” என் கன்னத்தில் தட்டிவிட்டு அலுவலகம் சென்றுவிட்டாள்.

மீண்டும் நதியா என் வாழ்க்கைக்குள் வந்த அற்புத பொழுதுகளை நினைத்தபடி படுக்கையில் விழுந்தேன்.

2.

அப்பாவின் அடிகளை அம்மாவால் மட்டுமே தாங்கிக்கொள்ள முடியும். குடித்து சீட்டாடி குடும்பத்தை சீரழித்திருந்தார் அப்பா.அம்மா ஆசிரியை என்பதால் வீட்டில் அடுப்பெரிந்தது. நான் அம்மா அப்பா இதுதான் எங்கள் குடும்பம்.அப்பா என்று அழைக்க விரும்பாததால் அவன் என்றுதான் அம்மாவிடம் பேசுவேன்.

வேலைவெட்டி ஏதுமின்றி எப்போதும் குடியில் மூழ்கி-யிருக்கும் அவனை அம்மா எப்படி காதலித்து திருமணம் செய்துகொண்டாள் என்பது புரியாத ஒன்றாகவே இருந்தது எனக்கு.

ஆண்களை காணும்போதெல்லாம் அவனுடைய சிகப்-பேறிய கண்கள்தான் என்னை ஆட்கொள்ளும்.எந்தவொரு ஆணும் அவனை போலவே துர்நாற்றமெடுக்கும் உடலையும் வெறிநிறைந்த சிகப்புக்கண்களையும் கொண்டிருப்பதாக தோன்ற ஆரம்பித்தபோது எனக்கு பதினான்கு வயது முடிந்-துவிட்டிருந்தது. பூத்து நின்ற நேரம் பூப்புனித நீராட்டு விழா-விற்கு வீடு நிறைத்திருந்தனர் சொந்தங்கள். அப்போதுதான் முதன் முதலாக மாதவனை பார்த்தேன். என் அத்தை மகன். அரும்பு மீசையும் பூனைமுடி தாடியுமாக திரிந்துகொண்டி-ருந்தவன் அவ்வப்போது ஓரக்கண்ணில் என்னை பார்த்தது உள்நெஞ்சை வருடுவது போலிருந்தது. ஆண்களே பிடிக்-காத எனக்குள் மாதவன் மட்டும் வெள்ளைநிறமும் கரு-மைநிறமும் கொண்ட ஒளிவீசும் கண்களை கொண்டவனாக தோன்றினான். அந்தக் கண்களும் என்னை தின்றுவிடும் ஓரப்பார்வையும் ஏதேதோ புரியாத உணர்ச்சிகளை தெளித்-துச்சென்றன.

மாதவன் எங்கள் வீட்டிலிருந்த ஒரு வாரமும் பல்லாயிரக் கணக்கான யுகங்களுக்கு சமமான வசீகர வாழ்க்கையை எனக்கு தந்துவிட்டதாகவே நினைத்துக்கொண்டேன். கள்-ளச்சிரிப்பிலும் திருட்டுத்தனமான பார்வையிலும் மாதவன் என்னை சுற்றி வந்தான். யாருமற்ற அதிகாலையில் கால்-களில் ஏதோ நெருடியபோது சட்டென்று விழித்து அதிர்ந்-தேன். என் முழங்கால் நோக்கி ஊர்ந்துகொண்டிருந்தது மாதவனின் விரல்கள். வெடுக்கென்று கால்களை பாவா-டைக்குள் மறைத்துக்கொண்டேன். மாதவனின் கண்கள் ரத்த சிவப்பாக மனதெங்கும் காட்சியளித்தது. என் கண்களிலி-ருந்து கண்ணீர் கொட்டிக்கொண்டிருந்தது. மாதவன் போய்-விட்டான். எங்கள் வீட்டிலிருந்தும் என்னிலிருந்தும்.

3.

மாதவனின் பிரிவுக்கு பிறகு யாரிடமும் அதிகம் பேசாத மௌனியாக இருப்பதே என் இயல்பாகிப்போனது.

ஆண்களைக் காணும்போதெல்லாம் ரத்தம் ஏறிய கண்களும் ஒருவித துர்நாற்றமும் என்னை சூழ்ந்துகொள்ளும். என் அம்மா வேலை பார்க்கும் பெண்கள் மேல்நிலை பள்ளியிலேயே படித்ததால் ஆண்களிடமிருந்து தப்பிக்க முடிந்தது.படிப்பில் மட்டுமே கவனம் திசைதிரும்பிய நேரத்தில்தான் நதியாவின் வருகை நிகழ்ந்தது.

கடைசி பெஞ்சில் என்னருகில் நதியா அமர்ந்த நாள் முதல் இருவரும் நல்ல தோழியாகி விட்டோம். ஆனால் அவளுக்கே தெரியாமல் அவளது தொடுதலை ரசித்துக்கொண்டே இருந்தேன். எதனால் நதியா என்னுள் வந்தாள்? என்ன உறவு இது? ஏதும் புரியும் நிலையில் அப்போது நானில்லை.அது பிடித்திருந்தது. அவளறியா பொழுதுகளில் அவளது பேனாக்களுக்கு முத்தம் கொடுப்பதும் அவளது வாசம் நிறைந்திருக்கும் புத்தகங்களை நுகர்வதும் விவரிக்க முடியாத பெரும் கிளர்ச்சியை எனக்குள் உருவாக்கியிருந்தது.

நதியா என்னைப்போன்றே மௌனத்தை நேசிப்பவளாக இருந்தாள்.ஆனால் தவறு செய்பவர்கள் அது ஆசிரியையாக இருந்தாலும் தயங்காமல் சுட்டிக்காண்பிப்பாள். ஒருமுறை எங்கள் பள்ளியின் வாசலருகே நடந்த விபத்தொன்றில் தவித்த பெண்ணுக்கு உடனே இரத்தம் தர முன் வந்தவள் நதியா. இவை எல்லாவற்றையும் விட என்னை அதிகம் கவர்ந்தது அவளது நீலநிற கண்கள். எப்போதும் பேசும் கண்கள்.

துயர்மிகுந்த இரவுகளில் அவளது கண்களே என்னுடன் உரையாடின. காந்தம் நிறைந்த அவளது பார்வையில் மெய்மறந்து சொல்ல வந்த வார்த்தைகள் தொலைந்து நின்ற நாட்கள் ஏராளம். நீலநிற வானத்தில் நதியாவும் நானும் மேகங்களினூடாக பயணிப்பது போல் கனவு கண்டிருக்கிறேன்.அவள் வாசம்தான் என் சுவாசப்பையை எப்போதும் நிரப்பியபடி இருந்தது.நதியாவிடம் எப்படி சொல்வது என்

அக தவிப்பை?

4.

அன்றொரு நாள் பள்ளி முடிந்து எல்லோரும் வீட்டிற்கு போனபின் நானும் நதியாவும் தனித்திருந்தோம். அவள் கண்கள் நீலநிறத்தை இழந்திருந்தது அன்றுதான். இரண்டு பாடங்களில் பெயிலான வருத்தம் தாளாமல் என் தோளில் சாய்ந்து அழ ஆரம்பித்தாள். எனக்குள் ஏதோ சடக்கென்று விழித்துக்கொண்டது.ஆறுதலாய் அணைத்துக்கொண்டு அவள் நெற்றில் முத்தமிட்டேன். மின் அதிர்வுகள் உடலெங்கும் பரவி தனித்தீவில் நானும் அவளும் மட்டுமே தனித்திருப்பதாக கற்பனை விரிந்தபோது என்னை ஏறிட்டு பார்த்தாள். மெல்ல அவளது கண்களின் நீல நிறம் அடர்த்தி பெற்று விஷ நாகத்தின் கண்களைபோல் உருண்டது. கன்னம் நனைத்த கண்ணீர்க்கோடுகளில் முத்தமிட்டேன். இறுக என்னை மார்போடு அணைத்துக்கொண்டாள். திரியின்றி எரிந்து சாம்பலாகி நாங்கள் மீண்டபோது அவள் கைகளுக்குள் நானொரு சிறுமுயலாய் கிடந்தேன்.

அடுத்த இருவருடங்கள் அருகிலிருக்கும் நகரத்தில் ஒரே பள்ளியில் சேர்ந்தோம். விடுதியில் ஒரே அறை. என் கரம் பற்றி கனவுகளை ரசிக்கும் காதலனாய் உடல்பற்றி உயிர் மீட்கும் கணவனாய் நதியா மாறியிருந்தாள்.

என் வானமெங்கும் அவளது கண்களின் நிறம் வழிந்துகொண்டிருக்கும். உடல் பொருள் அனைத்தும் நதியாவின் சொந்தமான தருணம் கல்லூரிக்குள் நுழைந்தோம்.மூன்று வருட கல்லூரி வாழ்க்கையில் நதியாவின் அடிமைப்பெண்ணாக வசிப்பது எனக்கு பிடித்தமானதாக இருந்தது. விடுதி அறைக்குள் அவள் கணவனாக நான் மனைவியாக வாழ்ந்த வாழ்க்கை எவ்வித கஷ்டங்களுமின்றி நகர்ந்தது.

மூன்றாம் வருடத்தின் கடைசி நாளில் அம்மா கல்லூரிக்கு வந்திருந்தாள். கன்னத்தில் புதியதொரு வடு தென்பட்டது.ரத்தக்காட்டேரியாக அவள் கணவன் மாறியிருக்கலாம். வந்தவள் சொன்ன செய்தி கேட்டு உடைந்து அழுதேன். மாதவனுக்கும் எனக்கும் நிச்சயம் செய்யப்போவதாக அம்மா

சொன்னாள். அம்மா அப்பாவிடம் மட்டும்தான் கோழை.மற்றவர்களிடம் கல்நெஞ்சுக்காரி.நினைத்ததை முடிக்காமல் விட்டதேயில்லை. விடுதிக்கு திரும்பினேன்.நதியாவின் மடியில் முகம்புதைத்து அழுதேன். என்னை விட்டு அவள் மட்டும் எங்கே போய்விடுவாள்? அவளது நீலக்கண்ணிலும் கண்ணீர் துளிர்த்தது. இருவரும் அந்த நகரத்தை விட்டு தொலைதூரம் சென்றுவிட தீர்மானித்தோம்.

5.

கோவைக்கு ரயிலேறியதிலிருந்து அவள் மடியில் படுத்தபடியே கண்கள் மூடியிருந்தேன் நான். ஜன்னல் வழியே வெளியுலகை வெறித்தபடி அமர்ந்திருந்தாள் நதியா. இருவரும் கோவையில் ஒரு வீடுபிடித்து வாழ துவங்கினோம்.அவளுக்கு வெள்ளை வேஷ்டியும் கதர் சட்டையும் எடுப்பாக இருந்தது. கண்மையால் சிறிய மீசையை அவள் வரைந்தபோது அது மாதவனை நினைவூட்டியது.என் மனமறிந்து உடனே அதை அழித்துவிட்டாள்.

மஞ்சள் கயிற்றிலாடிய சிறு மஞ்சள் பார்க்க மிக அழகாய் இருந்தது. ஜன்னல் வழியே மாலை வெயில் இறங்கிக்கொண்டிருக்க என் கழுத்தில் அந்த மஞ்சள் கயிற்றை கட்டினாள். எப்போதும் என்னுடன் இருப்பதாக உறுதியளித்து அணைத்துக்கொண்டாள்.மஞ்சள் வெயிலின் இதத்தை அந்த அணைப்பில் உணர்ந்தேன்.

நதியாவுக்கு ஒரு அலுவலகத்தில் டைப்பிஸ்ட் வேலை கிடைத்தது. நான்கு மாதமாக எங்கள் வாழ்க்கை இனிப்பை மட்டுமே எங்களுக்கு தந்து மகிழ்ந்தது. மொட்டை மாடியில் அவள் மடியில் படுத்துக்கொண்டு மஞ்சள் நிலவை ரசித்த பொழுதுகள் ஏராளம்.சிறுசிறு கதைகளால் என்னை வெட்க செய்வாள்.என் நெற்றியில் புரளும் முடிக்கற்றையை அவளது நீண்ட அழகிய விரல்கள் ஒதுங்கச் செய்யும். இரவுகளில் உணர்வுப்பெருக்கெடுத்து ஓடும் காட்டாற்று வெள்ளமாய் நதியா என்னை மாற்றியிருந்தாள்.

கதவு தட்டபடும் ஓசை கேட்டு இயல்புக்கு திரும்பினேன். நதியாவாகத்தானிருக்கும். இன்று மல்லிகைப்பூ வாங்கி வரு-

வதாக சொல்லி இருந்தாள். ஓடிச் சென்று கதவை திறந்தேன். அவளுடன் ஒரு வாலிபன் நின்றிருந்தான்.

தன்னுடன் வேலை பார்க்கிறானென்று அறிமுகப்படுத்தினாள். நதியாவின் தோளில் கைபோட்டபடியே வீட்டிற்குள் நுழைந்தான் அவன்.

அதிர்ச்சியுடன் நதியாவை பார்த்தேன்.அவளது கண்களின் நிறம் சிகப்பாக மாறிக்கொண்டிருந்தது.

3. இயற்கையிலிருந்து எடுத்துக் கொண்டார்கள்

- அ. கா. பெருமாள்

கிராமியக் கலைஞர்களின் இன்றைய கலை நிகழ்ச்சிகளில் பயன்படுத்தப்படும் ஒப்பனை, கருவிகள், இசைக்கருவிகள், நிகழ்த்தும் முறை, பாடல்களின் இசை வடிவம், மூலப்பனுவல், என்பனவற்றில் ஏற்பட்ட மாற்றங்களை ஆய்வாளர்கள் அங்கங்கே பதிவு செய்திருக்கிறார்கள் என்றாலும் தமிழகத்தின் கிராமிய கலை வடிவங்கள் எல்லாவற்றிலும் நிகழ்ந்த வடிவ மாற்றங்கள் கருவிகளின் மாற்றங்கள் என எல்லாம் பதிவு செய்யப்பட்டதா என்று தெரியவில்லை.

இன்றைய நிலையில் 80 வயது கலைஞர்களில் சிலரைச் சந்தித்தபோது "என் தாத்தா இந்த இசைக்கருவியைப் பயன்படுத்தியதாகச் சொல்லி இருக்கிறார்கள். சில இசைக்கருவிகளை நாங்கள் பயன்படுத்தக் கூடாது என்றும் சொல்லி இருக்கிறார்கள். எங்கள் ஜாதிக்காரங்க சலங்கை கட்டி ஆடக்கூடாது. கோவிலில் நடனமாடும் தேவதாசிகள் மட்டும்தான் சலங்கை கட்டி ஆடலாம். அதனால் எங்கள் முன்னோர்கள் வாகை மரத்தின் நெத்தை கயிற்றில் கோர்த்து கட்டிக்கொண்டு ஆடினார்கள்; நான் அப்படி ஆடவில்லை. ஆனால் தாத்தா சொல்லிக் கேட்டிருக்கிறேன்" என்று சொன்னார்கள்.

இன்றைய வயதான கலைஞர்களிடமிருந்து அவர்களின் நேரடி அனுபவத்தைப் பதிவு செய்கின்றபோது பலர் தன்

சமகால விஷயங்களையே சொல்லிக்கொண்டு போவதைக் கவனித்திருக்கிறேன். நாமாக உங்கள் தாத்தா காலத்தில் எப்படி நடந்தது என்று கேட்டால் பழைய நினைவைப் பகிர்ந்து கொள்வார்கள். பெரும்பாலும் அது தாத்தா சொல்லி கேட்டதாக இருக்கும். சிலர் வாய்வழி கேட்ட விஷயங்களை தன் சமகாலத்தில் நடந்தது மாதிரி சொல்லவும் கேட்டிருக்கிறேன். கள ஆய்வு செய்கின்ற ஆய்வாளனுக்கு இது ஒரு பிரச்சனை.மராட்டிய மொழியைத் தாய் மொழியாகக் கொண்டதோல்பாவைக் கூத்து கலைஞர்களில் ஒருவர் 500 - 600 வருஷம் முன்பே நாங்கள் தமிழ்நாட்டிற்கு வந்து விட்டோம் ; நாங்கள் 17ஆம் தலைமுறை. எங்கள் பகுதியில் இருந்து இந்தக் கலையைக் கொண்டு வந்தோம் என்று சொன்னார். தமிழகத்தில் மராட்டிய ஆட்சி 1659 - 1855 ஆண்டுகளில் இருந்தது என்பது வரலாறு. சில தகவலாளிகளின் பேச்சு வரலாற்றுக்கு முரணாக இருந்ததைக் கவனித்திருக்கிறேன்.

தோல்பாவைக் கூத்துக் கலைஞர்களில் எதார்த்தமாக இயல்பாக பேசுகின்றவர்களில் சுப்பையா ராவ், பரமசிவராவ், கணபதிராவ் போன்றோர் முக்கியமானவர்கள் என்று நினைக்கிறேன். இவர்களிடம் நான் சேகரித்த பல விஷயங்களைப் பின்னர் ஒப்பிட்டுப் பார்த்து உண்மை என்பதை ஊகித்து இருக்கிறேன்.

எழுபதுகளின் இறுதியில் தோல்பாவைக் கூத்து பார்ப்பதற்கு அஞ்சுகிராமம் என்ற கிராமத்திற்குச் சென்றபோது சுப்பையா ராவிடம் பேச (1908-1999) முடிந்தது அப்போது அவர் 75 வயதைத் தாண்டி விட்டார். அவரது தந்தை கோபால ராவ் (1882- 1976) தாத்தா கிருஷ்ணராவ் (1860- 1940) ஆகியோர் சொன்ன விஷயங்களை விரிவாகவே சொன்னார்

அன்று நான் பார்த்த நல்லதங்காள் கூத்தை சுப்பையாவின் தம்பி பரமசிவராவ் நடத்தினார். சுப்பையா ராவ் பின்பாட்டு பாடினார். நிகழ்ச்சி முடிந்த பின் இரவு 10 மணிக்கு மேல் சாலையோர கடையில் ஒன்றாக சென்று டிபன் சாப்-

பிட்டு விட்டு கொஞ்ச நேரம் பேசிக் கொண்டிருந்தோம். அந்த மாதிரி சந்தர்ப்பங்கள் கிடைப்பது அரிது. நான் அதற்-காக காத்திருந்து செய்திகளைச் சேகரித்து இருக்கிறேன்.

சுப்பையாராவ் பழைய விஷயங்களை ரசபாவத்துடன் சொல்லுவார். அன்று அவரது தாத்தா கிருஷ்ணராவ் சொன்ன விஷயங்களைச் சொன்னார். எனக்கு முக்கியமாக தோலில் படங்களை வரையும் முறை பற்றி அறிய வேண்டும் என்று தோன்றியது. அதைப் பற்றியே கேட்டேன்.

தோல்பாவைக்கூத்து கலை பற்றியும் கலைஞர் பற்றியும் செய்தி சேகரிக்கின்றவர்கள் மின்சாரம் வருவதற்கு முந்திய காலம் வந்த பின்பு உள்ள காலம் என்னும் காலகட்டத்தின் அடிப்படையில் செய்தி சேகரித்தால் பகுத்து ஆய்வதற்கு வசதியாக இருக்கும். ஏற்கனவே இது பற்றி மு.ராமசாமி என்னிடம் சொன்னதன் அடிப்படையில் கேள்விப்பட்டிய-லைத் தயார் செய்திருந்தேன்.

தோல் பாவைகளைச் செய்வதில் ஆட்டுத்தோலை வாங்-கியதும் உடனே பதப்படுத்துவது தோலில் படம் வரைந்து நிறம் கொடுப்பது என்னும் இரண்டு நிலைகளில் பகுத்துக் கொண்டு செய்திகள் சேகரிக்கலாம். இதுவும் கூட இரண்டு காலகட்டங்களில் மாற்றம் அடைந்திருக்கிறது

தோலில் படம் வரைந்து சாயம் பூசுவதற்கு கோழிச் சாயம் எனப்படும் (இது ஓலைச்சாயம் எனவும் படும்) ஒரு வகை சாயத்தை இப்போது பயன்படுத்துகிறார்கள். இந்-தச் சாயப்பொடியில் தண்ணீர் கலந்து வரைவது என்னும் வழக்கம் இருபதாம் நூற்றாண்டின் ஆரம்பத்தில் வந்துவிட்-டது என்பதை சுப்பையாராவின் பேட்டியின் வழி ஊகித்துக் கொண்டேன். அதற்கு முன்பு தோலில் நிறம் கொடுக்கும் முறை பற்றி சுப்பையா ராவ் அவரது அண்ணன் கணபதி ராவ் ஆகியோர் அவர்களின் தாத்தா வழிகேட்ட செய்திகள் மூலம் அறிந்து கொண்டேன்.

முந்திய காலங்களில் தோல்பாவைக் கூத்துக்கு உரிய ஆட்டுத்தோல் இலவசமாக கிடைத்தது. அப்போது அதைப் பயன்படுத்தியதற்கு ஒரு முறை இருந்தது. தோலை

சாதாரண நீரிலோ சுண்ணாம்பு கலந்த நீரிலோ இரண்டு நாட்கள் ஊற வைத்த பின்பு தோலின் மேல் உள்ள ரோமத்தை எளிதாக அகற்றுவார்கள். பின்னர் தோலை வெயிலில் காய வைப்பர். அதற்கும் கூட ஒரு முறை உண்டு.

தோலை இழுத்துக் கட்டி ஆணி அடித்து டெம்பராக ஆகும்படி செய்து காய வைப்பர். அது தகடு போல் ஆகி-விடும். அதன் பிறகு தேவையான படத்தைக் கரித்துண்டால் வரைபடம் போல் வரைவர். சாயம் கொடுத்த பின்பு பட வடிவத்தை உளியால் வெட்டிக் கொள்ளுவர்.

இன்றைய நிலையில் ஏற்கனவே பதப்படுத்தப்பட்ட ஆயத்தமான தோலை விலைக்கு வாங்கிக் கொள்கின்றனர். பெரும்பாலும் இசைக்கருவிகள் விற்கும் கடைகளில் பதப்ப-டுத்தப்பட்ட தோல் கிடைக்கின்றது.

தோல்பாவைக் கூத்துக் கலைஞர்களிடம் நிறம் கொடுப்ப-தில் ஒரு வரன்முறை இல்லை. நிறம் அடர்த்தியாக இருக்க வேண்டும். பாவையைத் திரையில் காட்டும் போது ஒளி ஊடுருவ வேண்டும். இந்த எண்ணத்துடனேயே நிறம் கொடுக்கின்றனர். கருப்பு, நீலம், சிவப்பு, பச்சை போன்றவை அடிப்படை நிறங்கள்.

தமிழகப் பாவைகளின் நிறங்களின் அடிப்படையில் அவை நல்ல பாத்திரங்களா, கெட்ட பாத்திரங்களா என்று பகுக்க முடியவில்லை. வண்ணங்களைக் குறித்த கலைஞர்க-ளின் சிந்தனை சாதாரணமாக உள்ளது. பொதுவாக ராமன், நீலம், பச்சை ஆகிய நிறங்களிலும் பரதன் பச்சை நிறத்-திலும் சீதை, இலக்குவன், தசரதன், ராவணன் ஆகியோர் சிவப்பு நிறங்களிலும் இருப்பதை விரும்புகின்றனர்

தமிழகக் கலைஞர்கள் பாவைகளின் நிறங்களை விட ஆபரணத் துளைகள் போடுவதில் கவனம் செலுத்துகின்-றனர். தோலில் துளை போடுவதற்கென சிறிய பல்வேறு உளிகளை வைத்திருக்கிறனர். ஆபரணத் துவாரங்கள் வழி ஒளி ஊடுருவதால் படங்களின் தரம் கூடும் என்றும் இந்தப் பாவைகளைப் பார்வையாளர்கள் விரும்புகின்றனர் என்றும்

கூறுகின்றனர். பாவைகள் அடர்த்தியில்லாமல் இருந்தால் பார்வையாளர்கள் குறை கூறுகின்றனர். இதனால் பாவைக-ளுக்கு அடிக்கடி நிறம் கொடுக்கின்றனர்

கறுப்பு நிறப் பொடி தயாரிப்பதற்கென்று ஒருமுறை உண்டு. தூய்மையான வெள்ளைத் துணியில் ஆமணக்கு எண்ணெய் தோய்த்து திரியாகச் சுற்றி அகல்விளக்கில் வைத்து ஆமணக்கு எண்ணெய் விட்டு எரிப்பர். விளக்கு நன்றாக எரியும் போது அகன்ற வாயுள்ள மண்சட்டியின் மூடியை விளக்கில் காட்டுவர். கொஞ்ச நேரம் ஆனதும் மண் சட்டியின் உள் பகுதியில் படிந்திருக்கும் கரியைப் பனை ஓலையால் சுரண்டிச் சேகரிப்பர். இந்தப் பொடியை வேப்பம் பசையுடன் கலந்து கொஞ்சம் நீர் விட்டு குழைத்துப் பயன்படுத்துவர்.

சிவப்பு நிறச் சாயத்தை சப்பாத்திக்கள்ளியின் பழத்திலி-ருந்து எடுப்பர். நன்றாகப் பழுத்த சப்பாத்திக் கள்ளிப் பழத்-தில் சிறு ஊசியால் குத்தினால் சிவப்பு திரவம் வழியும். இதை கொட்டாங்கச்சி மூடியில் சேகரித்துக்கொள்ளுவர். இதைத் தண்ணீர் சேர்க்காமல் பயன்படுத்துவர். கள்ளிப் பழச்சாறு வயலட் நிறத்தில் இருக்கும். இதில் வேப்பம் பசை-யைக் கொஞ்சமாகக் கலந்தால் வயலட் தன்மை மாறிச் சிவப்பாகும்.

மஞ்சள் நிறத்துக்கு கஸ்தூரி மஞ்சளைப் பொடித்துப் பயன்படுத்துவது தோல்பாவைக் கூத்துப் படங்களுக்கு மட்-டுமல்ல களமழுத்தும் பாட்டுக் கலையைப் போன்ற வேறு நாட்டார் கலைகளுக்கும் பொதுவானது. தோல்பாவை, கூத்-துக் கலைஞர்கள் மஞ்சள் பொடியில் வேப்பம் பசையைக் கலந்து தண்ணீரையும் சேர்த்து குழைத்து பயன்படுத்துகின்-றனர்.

மஞ்சள் நிறம் சில தோல்களில் ஒட்டாமல் இருப்பதுண்டு. அதனால் பூவரசு மரத்தின் மொட்டின் முனையை அறுத்-துவிட்டு தண்ணீரில் தோய்த்து தோலில் வண்ணம் கொடுப்-பர். மஞ்சள் பொடியை விட பூவரசம் மொட்டு இயல்பாக அடர்த்தியாக இருக்கும். அது எளிமையாக கிடைப்பதும்

கூட.

நீல நிறத்திற்கு அவரிச்செடியின் இலையைப் பயன்படுத்தினர். சுப்பையா ராவ் அவுரியைப் பயன்படுத்தும் முறை பற்றி மேலோட்டமாகச் சொன்னார். கிழக்கு இந்திய கம்பெனி நூற்பு ஆலைகளுக்குத் துணியில் நீல நிற சாயத்திற்கு அவுரியை பயன்படுத்திய கதை நீண்ட வரலாறு. அவுரி பயிரிட்டதால் பஞ்சம் வந்தது என்பது வரலாறு இந்த அவுரி இலையை எப்படி பயன்படுத்தினார்கள் என்று தெரியவில்லை.

பூலாத்தி மரத்தின் பழத்தை நீல வண்ணத்திற்கும் பயன்படுத்துவது உண்டு. 10 முதல் 20 பழங்களை வெள்ளைத் துணியில் வைத்து இறுக்கிக் கட்டி கையால் பிழிந்தால் நீல நிறச் சாறு வழியும். அதை சேகரித்து வேப்பம் பசை சேர்த்து பயன்படுத்தினர்.

வாராய்ச்சி மரத்தின் இலையை இடித்து கசக்கி பிழிந்து சாற்றை எடுத்து வேப்பம் பசையுடன் சேர்த்து பச்சை நிறத்தை தயார் செய்தனர். அதில் கருப்புப் பொடியைக் கொஞ்சமாக சேர்த்தால் கரும் பச்சையாகும். மஞ்சள் பொடியை மிகக் குறைவாக சேர்த்தால் இளம் பச்சையாகும்

வெள்ளை நிறத்துக்குத் தனியாக தயாரிப்பு கிடையாது. தோல் நிறத்தை இயல்பாக விட்டுவிடுவர்.

எண்பதுகளின் பாதியில் தோல்பாவைக் கூத்து பற்றி விரிவான அறிக்கை தயாரிக்க பல்கலைக்கழகம் மானியம் கிடைத்தபோது பரமசிவராவை சிக்கெனப் பிடித்துக் கொண்டேன். முக்கியமாக நூறு ஆண்டுகளுக்கு முன்பு பாவைக்கூத்து எப்படி நடந்ததோ அதை மறுபடியும் நடத்த விரும்பினேன். அதற்காக நாகர்கோவில் இருளப்பபுரம் சிவன் கோவில் நிர்வாகிகளிடம் உதவி கேட்டேன். கோவில் வளாகத்தில் உள்ளே நிகழ்ச்சி நடத்த அனுமதித்தார்கள்

பாவைகளுக்கு உரிய தோலை இயல்பான நிலையில் பதப்படுத்த வேண்டும் என்று பரமசிவராவிடம் கேட்டுக் கொண்டேன். ஆயுத்த நிலையில் உள்ள தோலைத் தவிர்க்கச் சொன்னேன். அப்போது வள்ளியூர் அருகே உள்ள

ஒற்றைப்பனை சுடலை மாடன் கோவில் விழாவில் நூற்றுக்கணக்கான ஆடுகள் பலி கொடுத்தார்கள். கோவில் சாமியாடியின் மகள் என் மாணவி. அவளது சிபாரிசு பேரில் பத்துக்கு மேற்பட்ட ஆட்டுத் தோல்களைப் பரமசிவராவிற்கு இலவசமாய் பெற்றுக் கொடுத்தேன். சுப்பையாராவின் உதவியுடன் தோலைப் பதப்படுத்திய போது கூடவே இருந்தேன்.

தோலில் வண்ணம் தீட்டுவதற்குரிய பொருட்களைச் சேகரிப்பது சிரமமாக இருந்தது. குறிப்பாக சப்பாத்திக் கள்ளியில் உள்ள பழத்தை எடுப்பது ஒரு சவால். அந்தக் கள்ளிப் புதரில் பாம்புகள் நிறையத் தங்கும். அதனால் அதற்குப் பாம்புக் கள்ளி என்ற பெயர் உண்டு. பழத்தைப் பறிக்க பரமசிவராவின் மகன் தயங்கினான். நான் பாம்பு பிடிக்கும் புல்லுக்கட்டி நாயக்கர் ஒருவருக்குப் பணம் கொடுத்து சப்பாத்திப் பழங்களைப் பறிக்கச் செய்தேன்

பத்து தோல்களில் 18க்கும் மேற்பட்ட கதாபாத்திரங்களை வரைந்தார்கள். நடத்துவதிலும் பழைய முறையைப் பயன்படுத்த வேண்டும் என்று சொன்னேன். கூத்து அரங்கிற்குள் புன்னைக்காய் எண்ணெய் விளக்கை பயன்படுத்தினோம். அந்த விளக்கு கூட சுப்பையா ராவ் 50 களில் பயன்படுத்திய விளக்கின் மாதிரி அது. விளக்கு பிரகாசமாக இருந்தது

பரமசிவராவ் மைக் கூட வேண்டாம் என்று தவிர்த்து விட்டார். குறைவான பார்வையாளர்கள் அன்று இருந்தனர். நிகழ்ச்சி கச்சிதமாக முடிந்து விட்டது. மின்விளக்கிலேயே பழகிய பார்வையாளர்களுக்கு புன்னகாய் எண்ணெய் விளக்கு பிரச்சனையாக இருக்கவில்லை. ஒருவிதத்தில் சொல்லப்போனால் பாவைகளில் ஒளி ஊடுருவதற்கு பாவை அசைவிற்கு எண்ணெய் விளக்கு நன்றாக இருந்தது. பார்வையாளர்களிடம் இது பற்றி நான் கேட்டபோது அவர்கள் பாவைகளைப் பார்ப்பதில் சிரமம் இருக்கவில்லை என்றார்கள். பழக்க தோஷமும் மனநிலையும்தான் ரசனை மாற்றத்திற்கு காரணமா?

4. கிளிக்கு சாயம் போனால் என்னாகும்?

- முனைவர் க.மணி

பச்சை உடம்பில் சிவப்பு மூக்கு. கிளிக்கு யார் வர்ணம் பூசியது? இந்தக் கேள்விக்கு பதில் சொல்லுமுன், ஏன் பறவைகளுக்கு அத்தனை கவர்ச்சியான நிறங்கள் தேவைப்படுகின்றன? எஸ்த்தர் என்ற பெண்மணி (நேச்சுரல் ஹிஸ்ட்ரி மியூசியம், பார்சிலோனா, ஸ்பெயின்) பறவைகளின் கண்களைப் பறிக்கும் நிறங்கள் அவற்றின் உடல் ஆரோக்கியத்தை விளம்பரப்படுத்துகின்றன என்கிறார். ஜோடி தேர்ந்தெடுப்பதற்கு இந்த விளம்பரம் தேவைப்படுகிறதாம்.

பறவைகளிடம் காணப்படும் இரத்தச் சிவப்பு, கமலா ஆரஞ்சு நிறங்களுக்குக் காரணமாக உள்ள பொருள் கெரோட்டினாய்டு ஆகும். கேரோட்டினாய்டு நிறத்துக்கு மட்டும் காரணமாக இல்லாமல் வெயிலுக்குப் போர்வையாகவும், உடலில் ஆக்சிகரணத்தால் ஏற்படும் நச்சுகளை அகற்றுவதற்குப் பேருதவியாகவும் உள்ளது. எனவே நிறம் உடலின் ஆரோக்கியத்தின் சின்னமாக இருக்கின்றன.

எஸ்த்தரின் கண்டுபிடிப்பு இன்னும் கொஞ்சம் ஆழமானது. இதுவரை, இறகின் நிறங்கள் இறகிலேயே உற்பத்தி செய்யப்படுவதாகக் கருதப்பட்டு வந்தது எஸ்த்தரின் ஆய்வுப்படி பறவைகளின் கல்லீரலில் கேரோட்டினாய்டுகள் உற்பத்தி செய்யப்பட்டு இரத்தம் வழியாக சிறகு முளைக்கும்போது வழங்கப்படுகிறது என்று தெரிகிறது. உடல் ஆரோக்கியம் குறைந்தால் உடனே அது சிறகின் நிறத்தில் வெளிப்பட்டு காட்டிக் கொடுத்துவிடுகிறது. சாயம்போன கிளியை யார் மதிப்பார்கள்?

5. பச்சை... சிவப்பு... டுமீல்...

- அ. ஸ்டீபன்

நெட்பிளிக்ஸ் ஓ.டி.டி. வலைத்தளப் பார்வையாளர்களுக்கு நன்கு அறிமுகமான பெயர் 'ஸ்குவிட் கேம்' (Squid game). தென் கொரியாவிலிருந்து வெளியாகியிருக்கும் இந்த வலைத்தொடர் ஒரு போட்டி விளையாட்டை அடிப்படையாகக் கொண்டது. இது உலக அளவில் அதிக ஈர்ப்பை ஏற்படுத்தியதற்குக் காரணம், இப்போட்டியில் வெல்பவருக்குக் கிடைக்கும் பரிசுத் தொகையே! அது எவ்வளவு தெரியுமா? 45.6 பில்லியன் கொரியன் பணம். இதை அமெரிக்க டாலருக்குக் கணக்கிட்டால் 31.4 பில்லியன்! இதன் முதல் பருவம் 2021இல் வெளியாகி வெற்றியடைந்ததால், இப்போது இதன் இரண்டாம் பருவம் 2024 டிசம்பர் 26ஆம் நாள் தொடங்கியது.போட்டியின் அடிப்படை

தென் கொரியாவைப் பொருத்தளவில் 'ஸ்குவிட் கேம்' என்பது அடிப்படையில் ஒரு குழந்தைகள் விளையாட்டாக இருந்திருக்கிறது. இது விளையாடப்படும் களமானது கணவாய் மீனை (Squid) ஒத்திருந்ததால், இந்த விளையாட்டுக்கு அதே பெயர் சூட்டப்பட்டது. இந்த வலைத்தொடரைப் பொருத்தளவில், களமாடும் வீரர்கள் பல கடுமையான சவால்களைக் கடந்து வெற்றிபெற வேண்டும். இந்த அடிப்படையில்தான் இப்போட்டிக்கான கதைக்களம் அமைக்கப்பட்டிருக்கிறது. அந்நாட்டின் தொலைக்காட்சித் தொடராக முதலில் இது அறிமுகமானாலும் பிற நாடுகளில் இது வலைத்தொடராக புகழ்பெற்றுள்ளது. 111 மில்லியனுக்கும் அதிகமான பார்வையாளர்களைக் கொண்டிருப்பதால், இது வலைத்தள உலகின் கவனத்தைப் பெற்றிருக்கிறது. பிற நாட்டு மொழிகள் தவிர, தமிழ், தெலுங்கு, இந்தி ஆகிய இந்திய மொழிகளிலும் மொழியாக்கம் செய்யப்பட்டிருப்பதால், இந்தியாவில் மட்டும் 19.6 மில்லியன் பார்வையாளர்களை இது கொண்டிருக்கிறது. பிற நாடுகளோடு ஒப்பிடுகையில் இந்த எண்ணிக்கை அதிகம்.

இன்றைய பரந்துபட்ட ஊடக உலகில் தென் கொரிய அலை ஏற்பட்டுள்ளதைச் சில ஊடகவியலார்கள் சுட்டிக்காட்டுகிறார்கள். 1990களில் தென் கொரிய அரசின் கொள்கைகளுக்கு ஏற்ப, அந்நாடு தன் கலாச்சாரக் கூறுகளை வெவ்வேறு வடிவங்களில் உலக அளவில் ஏற்றுமதி

செய்வதும் பொழுதுபோக்குத் துறையில் உலகளாவியப் பொழுதுபோக்குத் துறையில் கால்பதிப்பதும் தற்செயலானவையல்ல. முதலாளித்துவத்தின் மூலாதாரத்தையும் பொருளாதார ஏற்றத் தாழ்வையும் விளையாட்டாக மாற்றுவது பொழுதுபோக்கல்ல. இவற்றையே இந்த விளையாட்டுக்கான அடித்தளமாக மாற்றியிருப்பது பல கேள்விகளை எழுப்புகிறது.

ஏற்படுத்தும் தாக்கம் - இந்தியாவைப் பொருத்தளவில், இத்தொடர் ஏற்படுத்தியுள்ள தாக்கம் மிக நுட்பமானது. இத்தொடரின் முத்திரைச் சொற்களான "பச்சை விளக்கு... சிவப்பு விளக்கு..." என்பது பார்வையாளர்களின் கவனத்தை எளிதாக ஈர்த்துவிடுகிறது. இத்தொடரின் ரசிகர்களாக விளங்கும் சிறார்களும் இளைஞர்களும், இந்தப் "பச்சை விளக்கு... சிவப்பு விளக்கு..." என்ற விளையாட்டைப் பரவலாகப் பொதுவெளியில் விளையாடுவதை ஆங்காங்கே காண முடிகிறது. தாங்கள் நிகழ்த்தும் இந்த விளையாட்டைக் காணொளியாகச் சிலர் சமூக ஊடகங்களில் வலையேற்றம் செய்தும் வருகிறார்கள். ஒரு சிலர் இதைக் கிண்டல் செய்தும் வலையேற்றம் செய்கிறார்கள். இன்னும் சிலர் செயற்கை நுண்ணறிவுத் தொழில்நுட்ப உதவியுடன், முன்னணி நடிகர்களைப் பங்கேற்க வைத்து காணொளியை உருவாக்குகிறார்கள். இவை தொடர்பான பொம்மைகள் கடைகளில் விற்பனைக்கு வைக்கப்பட்டுள்ளன. இன்னும் சிலர் இது குறித்த விமர்சனம், முதல் பருவ - இரண்டாம் பருவ ஒப்பீட்டாய்வு, விளம்பரம் ஆகியவற்றைச் செய்து வருகிறார்கள்.

மேலோட்டமாகப் பார்த்தால் இது நாட்டுப்புற விளையாட்டு போலத் தோன்றினாலும், தவறான நகர்வை ஏற்படுத்தியதற்காக பங்கேற்பாளர்களைத் துப்பாக்கியால் சுட்டுக்கொல்வது என்ற விதிமுறை விபரீதமானது. வாழ்வா, சாவா என்ற உணர்வுப் போராட்டத்திற்குத் தள்ளி, பங்கேற்பாளர்களைச் சுட்டுத்தள்ளுவது, உயிரைப் பறிப்பது என்ற சிந்-

தனைகளை எப்படிச் சிறார்களின் விளையாட்டிலிருந்து பரிணமிக்கச் செய்தார்கள் என்பது ஆய்வுக்குரியது! தங்கள் திறமையை வெளிக்கொணரவே இதில் போட்டியாளர்கள் பங்கேற்கிறார்கள் என்ற எண்ணத்திற்குச் சிறிதும் இடம் இல்லாமல், தங்கள் வறுமையின் காரணமாகவும் பொருளாதார நெருக்கடி மற்றும் கடன் பிரச்சனைகளாலும் அவர்கள் பங்கேற்கிறார்கள் என்பது எவ்வளவு பெரிய அவலம் ! தனிப்பட்ட விருப்பம் ஏதுமின்றி, வேறு வழியே இல்லாமல் அவர்கள் பங்கேற்பதாகக் காட்டுவது எத்தனை பெரிய துயரம் !

வணிகச் சந்தை - என்னதான் இது கற்பனைக் கதையாகத் தோன்றினாலும், இத்தொடர் எதார்த்த உலகின் வன்முறை, வறுமை, பொருளாதார நெருக்கடி, வேலையில்லாத் திண்டாட்டம் ஆகியவற்றை நினைவுபடுத்தி வலுவூட்டுகிறது. இந்த எதார்த்தத்தைப் பார்வையாளர்கள் எளிதாக உள்வாங்குவதற்கும் போட்டியை உணர்வுத்தளத்தில் அணுகுவதற்கும் ஏற்ப இத்தொடரின் கூறுகள் பின்னப்பட்டிருக்கின்றன. இதனால், வளரும் நாடுகளை, ஏழை நாடுகளைச் சார்ந்த ரசிகர்களுக்கு இது ஒரு தற்காலிக வடிகாலாகிறது. ஏற்கனவே கேளிக்கைச் சந்தைக்கு மிகப்பெரிய தளத்தைக் கொண்டுள்ள இந்தியா போன்ற நாடுகளில் புதிய அனுபவங்களைத் தேடும் ரசிகர்களிடையே இது எளிதாக வரவேற்புப் பெற்றுவிடுகிறது.

கொரியன் திரைப்படங்கள், கொரியன் இசை, கொரியன் வலைத்தொடர், கொரியன் வணிகப் பொருள்கள் ஆகியவற்றிற்கு இந்திய இளையோரிடம் ஏற்கனவே இங்கு ஓர் ஈர்ப்பு இருப்பதால், 'ஸ்குவிட் கேம்' தனக்கான இடத்தை இங்கு தக்கவைப்பது அவ்வளவு கடினமானதல்ல. மேலும், இங்குள்ள பன்னாட்டு நிறுவனங்கள் இத்தொடரைப் பயன்படுத்தி தங்கள் விளம்பர உத்திகளைக் கையாளுகின்றன. எடுத்துக்காட்டாக, "சிவப்பு, பச்சை" குறியீடுகளை 'சொமேட்டோ' நிறுவனம் நகைச்சுவையுடன் தனது "டெலிவரி" செயல்பாட்டுடன் தொடர்புபடுத்தி விளம்பரப்படுத்துகிறது. அதே-

போல, 'பேடிஎம்' நிறுவனமானது இத்தொடரின் மற்ற குறியீடுகளான "வட்டம், முக்கோணம், சதுரம்" ஆகியவற்றைத் தனது விளம்பரத்தில் பயன்படுத்துகிறது.

முன்னிறுத்தப்படும் மதிப்பீடுகள் - உலக அளவில் நடக்கும் பொழுதுபோக்குச் சந்தையில் ஆசியப் பரிமாணமாக இத்தொடரை ஒருசிலர் புகழ்ந்து தள்ளுகிறார்கள். அதே நேரத்தில், முதலாளித்துவத்தைத் தவிர, வேறு மாற்று இல்லை என்பதை இத்தொடர் இவ்வளவு வெளிப்படையாகச் சுட்டிக்காட்டுவது நம் கவனத்துக்கு உரியது. இயலாமையும் இல்லாமையுமே போட்டிக்கான மூலதனம் என்பது எத்துணை பெரிய அவலம் ! இந்த எதார்த்தத்தின் காரணமாகவே, சக போட்டியாளர்கள் செத்து மடிந்தாலும், நடப்பதெல்லாம் தங்கள் விருப்பத்திற்கு எதிராக இருந்தாலும், வேறு வழியில்லாமல் போட்டியாளர்கள் வாக்கெடுப்பில் கலந்துகொள்கிறார்கள். 400க்கும் மேற்பட்ட போட்டியாளர்களைக் கொன்று ஒருவரை வெற்றியாளராகக் காட்டுவது இதன் இறுதி விளைவு எனலாம். "தகுதியுள்ள உயிரினம்; வாழும்" என்ற பரிணாமக் கோட்பாடு இங்கு முழுமையாகக் கடைப்பிடிக்கப்படுகிறது.

எந்த விளையாட்டிலும் முடிவெடுத்தல் தவிர்க்க இயலாது. ஆனால், திறமை, ஆற்றல், தன்னம்பிக்கை ஆகியவை பின்னுக்குத் தள்ளப்பட்டு, இங்கே முடிவெடுக்கத் தூண்டுவது பேராசை மட்டுமே. பணம் அல்லது வெற்றியே ஒட்டுமொத்த இலக்கு என்று ஆன பிறகு, மனிதாபிமானம், அறநெறி இவற்றிற்கு சிறிதும் இடம் இல்லை. இது எத்தகைய எதிர்காலத்தை உருவாக்கும் என்பது கேள்விக்குறி! இறுகிப்போன சமூகப் பொருளியல் அமைப்பைக் கொண்டு விளையாட்டுக்கான எல்லைச் சுவரையும் விதிமுறைகளையும் அமைத்துவிட்டு, தப்பிப் பிழைத்த போட்டியாளர்களிடம் வாக்கெடுப்பு மட்டும் ஜனநாயக முறைப்படி நடப்பதாகக் காட்டுவது எவ்வளவு பெரிய அருவருப்பான முரண்! இதனால்தான், "இது ஜனநாயகத்திற்கும் முதலாளித்துவத்-

திற்கும் எதிரான போட்டியின் உருவகம்'' என்று கேய்ட்லின் கிளார்க் என்ற விமர்சகர் குறிப்பிடுகிறார்.

நிறங்களும் வடிவங்களும் - இத்தொடரில் பயன்படு;த்தப்படும் நிறங்களும், வடிவங்களும், குறியீடுகளும் பல செய்திகளை பார்வையாளருக்கு நேரடியாகவோ மறைமுகமாவோ உணர்த்துகின்றன. அவற்றின் சில அம்சங்களைப் பார்ப்போம்.இத்தொடரின் இலச்சினையில் (Logo) இடம் பெற்றுள்;ள இளஞ்சிவப்பு (Pink) நீலம், மஞ்சள், பச்சை ஆகிய நிறங்கள் குழந்தைத் தன்மையையும், குழந்தைப்பருவ விளையாட்டுகளையம்; குறிக்கின்றன. ஆனால் குழந்தை விளையாட்டின் தன்மை இத்தொடருக்கு மாற்றப்பட்டுள்ளதை படைப்பாற்றல் என்பதா? சந்தைப்படுத்தலுக்கான விளம்பர உத்தி; என்பதா?; இப்போட்டிகளை நிர்வகிக்கும் பெரிய மனிதர்கள்; தங்கநிற முகமூடி அணிந்திருப்பது கவனிக்கத்தக்கது. தங்கம் என்பது செழுமையின், அதிகாரத்தின் குறியீடு. இவர்களைப் பாதுகாக்கும் காவலர்கள் சிவப்பு நிறக் கவச உடையணிந்திருப்பது அபாயத்தையும் எச்சரிக்கையையும் குறிக்கிறது. போட்டியாளர்களைக் கொன்று குவித்து, இரத்தம் சிந்த வைப்பது இவர்களே ! போட்டியாளர்கள் வெளிர் பச்சை மற்றும் வெண்மை நிற உடையணிந்திருப்பது நம்பிக்கையையும் புதிய தொடக்கத்தையும் சுட்டிக்காட்டினாலும், அப்பாவித்தனத்தையும் பரிதாபத்தையும் பலியாடுகளாகும் நிலையையும் குறிக்கிறது என்பதே உண்மை. போட்டியாளர்கள் அனைவரும் ஓரே மாதிரியான சீருடையில் இருப்பது சமத்துவக் குறியீடாகத் தோன்றினாலும், அவர்களின் தனித்தன்மைக்கு இடமில்லை என்பது தெளிவுபடுத்தப்படுகிறது. மேலும், காட்சிகளோடு அவர்களைத் தொடர்புபடுத்திப் பார்த்தால், அவர்கள் கைதிகளாகத் தோற்றமளிப்பதை எளிதாக உணரலாம். மேலும், காவலர்கள் மற்றும் போட்டியாளர்களைக் குறிக்கும் சிவப்பு மற்றும் வெளிர் பச்சை நிறங்கள் இரு எதிர் துருவங்களைச் சுட்டிக்காட்டுகின்றன.

மொத்தத்தில் தங்க மஞ்சள், சிவப்பு, வெளிர் பச்சை ஆகிய நிறங்கள் அதிகார வரிசையின் அடிப்படையில் படிநிலையமைப்பைச் சுட்டிக் காட்டுகின்றன. அதேபோல, போட்டியை நிர்வகிக்கும் கதாப்பாத்திரங்கள் அணியும் முகமூடியிலும் ஒரு படிநிலையமைப்பு இருப்பதை அறியலாம். எடுத்துக்காட்டாக, அதிகாரத்தின் உச்சத்தில் இருப்பவர் சதுர வடிவ முகமூடியையும், காவலர்கள் முக்கோண முகமூடியையும், கடைநிலைப் பணியாளர்கள் வட்ட வடிவ முகமூடியையும் அணிந்திருப்பார்கள். அதாவது சதுரம் - முக்கோணம் - வட்டம் என்று வடிவங்கள் அதிகாரத்தின் அடிப்படையில் தர வரிசைப்படுத்தப்படுகின்றன. அதே நேரத்தில் போட்டியாளர்கள் யாருக்கும் முகமூடி இல்லை. முகம் தெரி;ந்த பெரும்பாலான மனிதர்கள், முகம் தெரியாத ஒரு சிறு கும்பல் மனிதர்களின் கட்டளைக்கு அடிபணிய வேண்டும் என்பதே விளையாட்டின் விதி.

ஆரஞ்சும் சிவப்பு நிறம் கலந்த உடையில் சிறுமி போலத் தோன்றும் பொம்மைதான் ஒவ்வொரு முறையும் மையப்புள்ளியாகிறது. இது தென்கொரியாவின் பள்ளி மாணவர்களின் பாடப்புத்தகத்தில் இடம் பெறும் ஒரு கதாப்பாத்திரத்தின் தோற்றம் என்கிறார்கள் அதன் பார்வையில் படும் நகர்வுகளே துப்பாக்கிக்கு இலக்காகின்றன. அப்பாவியாகத் தோன்றும் ஒரு சிறுமியின் கண்களைப் பயத்தின் குறியீடாகக் காட்டுவது அதிர்ச்சிக்குரியது!

உளவியல் தளம் - இத்தொடரின் இரசிகர்களின் மனநிலையை இரண்டு வகைகளில் பார்க்கலாம். முதலாவதாக, போட்டியாளர்களின் உணர்வோடு ஒன்றித்து அவர்களின் சாவில் துடித்து, அல்லது வெற்றியைக் கொண்டாடும் மனநிலைக்குத் தள்ளப்படுகிறார்கள். அதைவிட, இரண்டாவது மனநிலை கவனத்துக்குரியது. வசதியான தனியறையில் அமர்ந்துகொண்டு, இந்தப் போட்டியை நடத்தி, போட்டியாளர்கள் மேல் பந்தயம் கட்டி, நேரலையில் பார்த்து இரசிக்கும் மேல் தட்டு வர்க்கத்தின் மனநிலையை உள்வாங்குவது. அதாவது பிறரின் துயரத்தை, இயலாமையை, வறு-

மையை இரசிக்கும் (Sadism) இந்த இரண்டாம் மனநிலை இது. பண்டைய ரோமானியக் கலாச்சாரத்தை நினைவுபடுத்தி எடுக்கப்பட்ட கிளேடியட்டர் திரைப்படத்தில் அடிமைகள் தங்களுக்குள் ஒருவரை ஒருவர் தாக்கி, மற்றவரின் உயிரைப் பறித்து, தன்னுடைய உயிரைக் காத்துக்கொள்ளும் காட்சிகள் நினைவிலிருக்கலாம். அந்த விளையாட்டைப் பார்த்து இரசித்த ரோமானிய அதிகார வர்க்கத்தினரின் மனநிலை இத்தொடரின் பார்வையளர்களிடம் ஏற்படுத்துவதாக ஒருசில விமர்சகர்கள் குறிப்பிடுவது மிகையல்ல. இந்த மனநிலையின் விளைவாகத்தான், இந்தத் தொடரின் இரண்டாம் பாகத்தில் சாவு எண்ணிக்கை குறைவாக இருப்பதாக ஒருசில இரசிகர்கள் ஆதங்கப்படுகிறார்கள். இந்த ஆதங்கம் நமக்கு அதிர்ச்சியளிக்கிறது !

இதில் வேடிக்கையானது என்னவென்றால், இந்த இரண்டு மனநிலைகளுக்கும் இடையே பார்வையாளர்கள் மாறி மாறித் தாவிக்கொள்வதுதான். தொடர்ச்சியாக நிகழும் பயம், பரிதவிப்பு, துரோகம், ஆற்றாமை, கோபம் போன்ற உணர்வுபூர்வமான செயல்களும், போட்டி மனநிலையில், வன்முறை என்பது எளிதான அல்லது உடனடித் தீர்வாக முன்வைக்கப்படுவதும் எத்தகைய உளவியல் தாக்கத்தை ஏற்படுத்தும் என்பது கவனத்துக்குரியது. ஊடல்ரீதியான வன்முறையைவிட, இதன் பங்கேற்பாளர்கள் எதிர்கொள்ளும் எதிர்மறை உணர்வுகள் ஏற்படுத்தும் வன்முறையை நாம் சாதாரணமாகக் கடந்துசெல்ல முடியாது.

நிறைவாக...

'ஸ்குவிட் கேம்' என்ற வலைத்தொடரை இன்று மாறிவரும் பொழுதுபோக்கு உலகின் ஒரு சிறு எடுத்துக்காட்டாகவே பார்க்க வேண்டும். இதன் மூன்றாம் தொடர் குறித்த ஓர் எதிர்பார்ப்பு ஏற்கனவே உருவாகியிருக்கிற வேளையில், இது எதிர்காலத்தில் உருவாகப்போகும் பிற வலைத்தொடர்களுக்கு ஒரு வெற்றிச்சுவையைத் தந்திருக்கிறது என்று எளிதாக நாம் கணிக்கலாம். இந்தப் பின்புலத்தில், இளையோரை ஈர்க்கும் பிற தொடர்கள், இணையம் சார்ந்த விளையாட்டு-

கள் ஆகியவற்றைக் கல்வியாளர்களும், சமூகச் செயல்பாட்டாளர்களும், உளவியலார்களும் மறுபார்வை செய்ய வேண்டும். மட்டுமல்லாமல், இவை குறித்த விவாதங்களை பொது வெளியிலும் இணைய வெளியிலும் உருவாக்கி, விமர்சனக் கண்ணோட்டத்தை ஏற்படு;த்த வேண்டும். இத்தகையத் தொடர்கள், விளையாட்டுகளின் உள்ளடக்கத்தைக் கணக்கில்கொண்டு பார்வையாளர்களின் வயது வரம்புக்கான கட்டுப்பாடு குறித்தும் நாம் சிந்திக்க வேண்டும்.

6. பழுப்பு நிறக்கண்கள் உண்டாவதேன்?

- கா.மீனாட்சி சுந்தரம்

குழந்தை எவ்வாறான தோற்றமுடையதாயிருக்கும் என்பது இதன் உடல் உயிர்மங்களில் (body Cells) உள்ள 46 இணைமரபுக் கீற்றுகளைப் (genes) பொறுத்தது. இந்த இணை மரபுக் கீற்றுகளில் பாதியைத் தாயிடமிருந்தும் மற்ற பாதியைத் தந்தையிடமிருந்தும் பெறுகிறது. இவற்றுள் சில இணை மரபுக் கீற்றுகளே குழந்தையின் கண் நிறத்தை நிச்சயப்படுத்துகின்றன.

எல்லாக் கண்களும் நீல உயிர்மங்களை உடை யன. ஆனால் சில மக்கள் வேறு நிறங் களுடைய உயிர்மங்களை உடையவராய் இருப்பதால் அவர் களுடைய கண்கள் பச்சை, சாம்பல், பழுப்பு, செம்மை கலந்த பழுப்பு (hazel) ஆகிய நிறங்களை யுடையனவாய் இருக்கின்றன. குழந்தைகள் எல்லோரும் நீலக்கண்களையே உடையவர்கள். ஏனென்றால் பிற உயிர்மங்கள் ஏதாவது இருக்கு மானால் அந்த உயிர்மங்கள் குழந்தைகள் இரண்டு வயது ஆகும் வரை அவை வளர்ச்சி அடைவ தில்லை. சில சமயங்களில் சிலர், ஒரு பகுதி நீலமாகவும் மற்ற பகுதி பழுப்பு அல்லது பச்சை யாகவும். கண்கள் கொண்டிருப்பர். இதற்குக் காரணம் அவர்களுடைய பாதிக்கண் வழக்கமான நீல நிறங்கொண்டாயும் மற்ற பாதி பிற நிறம் கொண்டதாயும் இருப்பதே ஆம்.

இரண்டு நீலக் கண்களுடையோர்க்கு நீலக்கண்கள் கொண்ட குழந்தைகள் பிறப்பர். ஏனெனில் நீல உயிர்ம இணைமரபுக் கீற்றுகளே (blue cell-genes) அங்குக் கடத்தப்படுகின்றன. ஆனால் பெற்றோருள் ஒருவர் பழுப்பு நிறமும் மற்றவர் நீலமும் உடையவரானால் நீலமும் பழுப்பும் கலந்த மரபுரிமை கடந்தாலும் குழந்தையின் கண்கள் நீல-நிறங்களை ஆதிக்கம் செலுத்தக் கூடிய அளவு பழுப்பு நிறங்கள் இருந்தாலே இரு நிறங்கொண்ட கண்களை இக்-குழந்தைகள் உடையதாய் அமையும். இரண்டு பழுப்பு நிறக்-கண்கள் கொண்ட பெற்றோர்களாயினும் போதுமான அளவு பழுப்பு நிறங்கொண்ட இணை மரபுக் கீற்றுகள் கடத்தப்பட-வில்லையானால் பழுப்பு நிறக்கண்கள் கொண்ட குழந்தை-கள் பிறவா. போதுமான பழுப்பு நிற இணை மரபுக் கீற்றுகள் கடத்தப்பட்டாலே பழுப்பு நிறக் கண்கள் கொண்ட குழந்தை-கள் பிறக்கும்.

7. சிவப்பு சிணுங்கல்

- கவிஜி

கலர் கனவுகள் இப்போது தான் தெரிகிறது என்று விஞ்-ஞானம் சொல்கிறது. நமக்கு எப்போதோ நிறங்கள் கூடி விட்டன. நித்திரைக்கு கூட நிறம் சூடி பார்க்கும் சித்திர வேலைக்காரன் இவன் இல்லையா. உனக்கு ஆட்டம் காட்-டும் கருப்பு எனக்கு நீலத்தில் சமத்து. என் சிணுங்கல் கூட சிவப்பில் தான். சிருங்கார சொரூபம் அது கொண்ட ஜென்ம பிம்பம்.

எண்ணங்களுக்கும் வண்ணங்களுக்கும் ஒற்றுமை இருக்-கிறது தான். நினைத்த மாத்திரத்தில் ஒரு வானவில்லை நெற்றியில் சூடும் உன் போன்ற பெண்ணோடு வானத்தில் கூடு கட்டும் எண்ண குருவியின் ஓர் அதிகாலை சிறகடிப்பு அது. மனதுக்குள் திறக்கும் முதல் ஜன்னலுக்கு எந்தன் நிறம். பிறகு திறக்கும் வீட்டு ஜன்னலுக்கு கண்கள் நிறம். எட்டி பார்க்க... கிட்ட நெருங்கும் சூரிய ஓசைக்கு என்ன

நிறம். யோசிக்கிறேன்.

சரி தான். நானொரு நிறமி. கருப்பு வெள்ளையில் திரியும் கலர் நினைப்பு நான். இருக்கும் வண்ணமெல்லாம் பூசி... அந்த நேர இசைக்கு நிறம் இன்றி தவிக்கும் உன் ஓவியத்தில் கண்ணாடி கழற்றி விளையாடும் வண்ண டப்பாவும் நான். சுருட்ட முடியில் சுந்தர ஒளியில் உன் சிரிப்புக்கு வண்ணம் இருக்கிறது. கன்னம் நிறைய கண்டிருக்கிறேன்.

ஒளிகளின் வழியே நிறங்களின் முரண். முரண்பாடு தானே தேடலுக்கு வழி. உடன்பாடு ஓய்வு எனக்கு. மலர்ந்து உதிர்ந்து மலர்ந்து உதிர்ந்து வந்து பேசும் காற்றென கிசுகிசுக்கும் உன் சொற்களுக்கு சமர்ப்பணம்.... முன் சொன்ன மலர்ந்து உதிர்ந்து மலர்ந்து உதிர்ந்து.

படபடப்பும் பதற்றமும் என் அரண்கள். அது சூழும் வர்ணத்தில் உதிரும் சொற்களே என் அர்த்தங்கள். ஒவ்வொரு முறையும் புது முறை தான். ஒவ்வொரு நாளும் புது நாள் தான். கற்றுக் கொள்ள வந்த இடத்தில் கல்லுக்குள் ஈரமும் கலர் கலராய். கவனித்திருக்கிறாயா.

தொடர் பேச்சில் இருக்கும் மௌனமும்.... மௌனத்தில் முழங்கும் பேச்சும்... அதுவே சமநிலை. கைகள் விரித்து காற்றில் நிற்கையில்... மனதுள் எழும் நிறத்துக்கு என்ன வண்ணம் பூச... சகியே. தானாக விழும் இலைக்கு தான் பறக்கும் சக்தி உண்டு. அதன் நெஞ்சில் ஊர்ந்து பச்சை பூச எறும்புக்கும் ஆசை. கவனிக்கும் இந்த இரும்புக்கும் ஆசை.

ஆசைக்கு நிறம் உண்டு. அதன் ஓசை கவனி.

எடுத்து பூசிக் கொள்ள ஒரு வண்ணம் தினம் வேண்டும். கழற்றி வீசி எறியவும் அதற்கு தெரிந்திருக்க வேண்டும். நகர்ந்திட கொள்ளும் தீர்மானத்தில் நத்தை நிறத்து நளினம் ஒப்பனை. நாகத்தின் வேகத்தில் செங்குத்து கற்பனை பனை.

பயணங்கள் இல்லாமல் பரிணாமம் கிடையாது. பரிசோதனை கொள் மனமே... தூரங்கள் முடியாது. பரி பூரணம் எதுவென்றால்... பாதி சாம ஜன்னல் ஓரம். தூக்க களைப்பில் தோள் பொருந்த... மீதி ஜன்னல் மினுமினுக்கும். மினுமினுக்கும் நினைப்பில் எல்லாம் மின்னல் நிறம் யோசி

பெண்ணே. மீறும் வண்ண குலவை எல்லாம் மெல்லிய கோட்டில் இவன் மாநிறம்.

கொண்டை ஊசி வளைவுகள் மீது தீரா காதல் உண்டு. எப்போதும் வளைந்து கொண்டே இருக்கும் வனத்தின் நிறம் அது. அதனூடாக ஓர் ஓவியம் நிகழ்த்துவது என் வேடிக்கை. நின்றபடியே பறக்க கற்று தரும் அதன் நெளி-வில் நீண்ட கனவின் குறுக்கு வழி உண்டு. ரகசிய அடுக்-குகளின் மன ஆழம் அது. மாயத்தின் விளிம்பில் மாற்றி யோசிக்கும் முன் பின்னற்ற அரை வட்டத்தில் ஆகாயமும் வளைந்திருக்கும். வளைந்து பாரேன்.

வண்ணங்கள் பூக்கும் மரங்கள் அடியே இந்த பயணத்-தில்... அடுத்த நிறமும்.. அதற்கு அடுத்த நிறமும் கூட காத்திருப்பது மைல்கல் கூறும் வெளிர் நிற இடைவெளி.

வானுக்கடியே மேய்ச்சல் பழகுதல் வானவில் நடும் வனாந்திர கனவு. கால நேரம் என்பது காலத்தின் நிறம் என்று தான் யோசிக்கிறேன்.

மலை உச்சியில் இருக்கும் சிறு வெயிலின் கரம் இவன் சிரம். சரி...நண்பகல் நிலவுக்கு என்ன நிறம்.

8. இலையுதிர் காலத்தின் இலைகளின் நிற மாற்றம்

- பாண்டி

இதமான சிலுசிலு காற்று வீசத் தொடங்கி இருக்கும், மரத்தின் இலைகளின் நிறம் மாறிக் காட்சியளிக்கும், சிறிது காலத்தில் நிறம் மாறிய இலைகள் கீழே விழத் தொடங்கும். இவ்வறிகுறிகள் எல்லாம் குளிர்காலத்தை நோக்கிய பயணம். பூமி சூரியனை விட்டு விலகி சுற்றும் என்பதைக் காட்டும்.

இலையுதிர் காலத்தில் அனைத்து மரங்களின் இலைக-ளும் நிறம் மாறி உதிர்ந்து கீழே விழும் என்பதல்ல, இதில் சில மரங்கள் மட்டும் விதிவிலக்கு. ஆம், "சைப்ரஸ் மரங்-களில் பாடும் பறவை என்னிடம் சொன்னது ஐ லவ் யூ" என்று ஜீன்ஸ் படத்தில் வரும் கவிப்பேரரசுவின் வரிகள்

உங்களுக்கு நினைவுக்கு வந்தால், உங்களுக்கு ஒரு சல்யூட்.

Conifer வகையைச் சேர்ந்த மரங்களின் இலைகள் (ஊசி இலைகள்) இவைகளின் நிறம் மாறுவதில்லை அதே-போல் உதிர்ந்து கீழே விழுவதும் இல்லை. Pine tree, cedar, cypress trees, fire, junipers, kauris, larches, redwoods, spruces, yews இவ்வகை மரங்-கள் எல்லாம் gymnosperm என்ற அறிவியல் பெயரில் அழைக்கப்படுகிறது.

நமது வழக்காடு மொழியில் அவைகள் எல்லாம் கிறிஸ்-துமஸ் மரங்கள். பொதுவாக இந்த மரங்கள் எல்லாம் கூம்பு வடிவில் விதைகளைக் கொடுக்கும். டைனோசர்கள் வாழ்ந்த காலத்தில் அதற்கு உணவாக இவ்வகை மரங்கள் இருந்-துள்ளது. இவ்வகை மரங்கள் உலகின் பல்வேறு பகுதிகளில் காணப்பட்டாலும் குளிர் பிரதேசங்களில் அதிகம் காணப்படு-கிறது.

சூரிய ஒளி இல்லாத காலத்திலும், மிகக் கடுமையான குளிர் பிரதேசங்களில் இவ்வகையான மரங்கள் தங்களின் இலைகளை அப்படியே பாதுகாத்துக் கொள்கிறது. அதன் வடிவமைப்பு கூட்டாக ஊசியை போல் அமைந்திருப்பதே அதற்குக் காரணம்.

குளிர் காலத்தில் இதன் metabolism குறைவாக மற்ற மரங்களைப் போலவே இதற்கும் இருக்கிறது. வெண்பனியின் மேல் விழுந்து வரும் அதிகப்படியான சூரியக் கதிர்வீச்சால், இது தனது சக்தியைப் பெற்றுக் கொள்கிறது. அதாவது நேர-டியான சூரிய ஒளி தேவையில்லை, வெளிச்சம் இருந்தாலே அதற்குப் போதுமானது.

இலைகளின் நிறம் மாறுதல் மற்றும் இலைகள் உதிர்-தலை 'deciduous trees' என்று ஆங்கிலத்தில் அழைக்-கிறோம். உதாரணமாக நம்மூரில் காணப்படும் அரச மரம், ஆலமரம், வேப்பம் மரம், போன்ற மரங்களை குறிப்பிடலாம். வட,தென் துருவ நாடுகளில் அதிகம் காணப்படும் Oak trees, Elm trees, Maple trees, போன்று இவைகளைக் குறிப்பிடலாம்.

இலைகளின் நிற மாற்றம்: பூமி சூரியனை விட்டு விலகி செல்வதால் நமக்கு பகல் பொழுது குறைவாகவும் வெப்ப-நிலையும் குறையும், இரவு பொழுது நீண்டும் காணப்படும். எதிர்வரும் குளிர் காலத்தை நோக்கி சில விலங்குகள் தனக்கான உணவை ஆயத்தப்படுத்திக் கொள்ளும். குளிர்-காலம் முடியும் வரை விலங்குகள் வெளியே வராது இதனை ஆங்கிலத்தில் hibernate என்கிறோம். இது போன்ற நிகழ்வு தான் மரங்களிலும் நிகழ்கிறது. மரங்களும் குளிர் காலத்தை நோக்கி ஆயத்தம் ஆகின்றன.

மரம் உயிர் வாழ சூரிய ஒளி தண்ணீர் கார்பன் டை ஆக்சைடு இவை அனைத்தும் தேவை என நாம் சிறு-வயதில் பாடப் புத்தகத்தில் படித்து இருக்கிறோம். இதை 'Photosynthesis' என்று அழைப்பார்கள். இலையுதிர் காலத்தில் சூரிய ஒளி குறைவாக கிடைக்கப் பெறுகிறது. அதாவது சூரிய ஒளியில் இருந்து பெறப்படும் சக்தி குறை-வாக கிடைப்பதால், photosynthesis நிகழ்வை குறைத்துக் கொள்கின்றன.

இதனாலேயே இலைகளின் நிறங்கள் மாறத் தொடங்கு-கின்றன. மரங்கள் எல்லாம் ஏதாவது ஒரு வழியில் சூரிய ஒளியை தேடும். அது அவற்றின் இலைகளின் வழியே நடைபெறும். இலைகள் வழக்கத்திற்கு மாறாக அதிகமாக வேலை செய்யும் இதை 'Pigments inside the leaves' நிற மானிகள் எனலாம். அதாவது இலைகளின் நிற மானி-கள் சூரிய ஒளியைப் பெற முயற்சிக்கும்.

இலைகளுக்குள் பலவகையான நிற மானிகள் அடங்கி இருக்கும் சூரிய வெளி கிடைப்பதைப் பொறுத்து இலைக-ளின் நிறம் மாறத் தொடங்குகின்றன. குளிர்காலத்தில் பசி-யுடன் அவ்வகை மரங்கள் வாழும் என்றே நாம் எடுத்துக் கொள்ளலாம்.

சரி முதலில் பச்சை நிறம் எவ்வாறு வருகிறது என்பதை பார்ப்போம். மரங்கள் அதிகப்படியான சூரிய ஒளியைப் பெறும் போது இலைகளில் உள்ள Chlorophyll பச்சையம் (பச்சை நிறம்) அதிகமாக வெளிப்படும். இது கோடைகாலம்

தொடங்கி இலையுதிர் காலம் வரை அதிக அளவில் சூரிய ஒளி கிடைப்பதால் இலைகள் பச்சையாகவே காணப்படுகிறது.

இந்த பச்சை Chlorophyll தான் இலைகளின் Pigmentsல் அதிகம் காணப்படுகிறது முறையே இது தான் photosynthesis சுழற்சிக்கு உதவியாக இருக்கிறது. பருவநிலை மாற்றம் நிகழும் போது 'Environmental cues' இந்த நிற மாற்றம் நிகழ்கிறது. Cues என்றால் ஒரு நிலையில் இருந்து மற்றொரு நிலைக்கு மாறுதல். குறைவான சூரிய ஒளி மற்றும் குளிர்ந்த வெப்பநிலை இதை மாற்றுகிறது.

இலைகள் நிற மாற்றத்தின் முதல் வடிவம் Pigment Carotenoids இளம் மஞ்சள் மற்றும் பழுப்பு நிறம். பச்சை தன்மையுடைய Chlorophyll இழக்கும் போது, மஞ்சள் நிறமுடைய Carotenoids வரத் தொடங்கும். சிறிது காலம் மஞ்சள் மற்றும் பழுப்பு நிறத்தில் காணப்படும். பின்னர் இலைகள் தனது அடுத்த கட்ட நிலையான anthocyanins நிலைக்கு மாறிவிடும். இது தான் சிவப்பு அல்லது இளம் சிவப்பு நிறத்தில் இலைகள் தோற்றமளிக்கக் காரணம்.

இந்த Pigment -ன் நிறம் மாற்ற நிகழ்வுகள் முடிந்த பின்னர் இலைகள் தாமாகவே உதிர்ந்து விடும். தமக்குள் சேமித்து வைத்திருந்த சக்திகள் எல்லாம் முடிவுக்கு வந்தது run out of the pigments. ஆனால், மரம் இன்னும் உயிரோடு தான் இருக்கிறது.

ஏன் இவ்வாறு இலைகளின் நிறத்தை மாற்றிக் கொள்கின்றன என்பதை நாம் முன்னரே பார்த்ததுபோல, குளிர்காலத்தில் தனக்குத் தேவையான ஆற்றலை சேமித்து கொள்ளவே இவ்வாறு தனக்குள் நடைபெறுகிறது.

இலையுதிர் காலத்தை முன் வைத்தே பல நாடுகளில் சுற்றுலா நிகழ்சிகள் மிகவும் சிறப்பாக செயல்படும். 'Fall colours வந்து இருக்கிறது பார்த்தீர்களா' என்று நண்பர் செய்தி அனுப்பி இருந்தார். வானொலியில் இலையுதிர் காலத்தில் மரங்களின் நிறம் ஏன் மாறி காட்சியளிக்கிறது

என்ற தொகுப்பு ஒலித்துக் கொண்டிருந்தது.

சாலையின் ஓரமாக வாகனத்தை நிறுத்திவிட்டு இருபுறங்களிலும் மரங்களின் நிறங்கள் மாறி காட்சி அளித்ததை பார்த்துக் கொண்டிருந்தேன். ஆங்காங்கே பழுத்த இலைகள் கீழே விழுந்து கிடந்தன.

வாருங்கள் நண்பர்களே நாமும் சமூக வலைத்தளங்களை சற்று ஒதுக்கிவிட்டு, இலையுதிர் காலத்தில் மரங்களின் பழுத்த இலைத் தழைகளை கண் குளிர பார்த்து ரசிப்போம.

9. நிறம் காண திணறும் மூளை

- முனைவர் க.மணி

நீல வானம், பச்சைக் கிளி, எலுமிச்சை மஞ்சள் என்று நாம் பொருள்களை அதனதன் நிறத்தோடுதான் நினைவில் வைத்திருக்கிறோம். இவற்றை மாற்றினால் குழப்பம் ஏற்படும். பறந்து வரும் கால்பந்தைப் பார்க்கும்போது நமக்கு பந்தின் வடிவம், நிறம் மற்றும் அதன் திசை, வேகம் ஆகியவைகளும் சேர்ந்துதான் கவனிக்கிறோம்.

மூளையில் நிறத்தை அறிவதற்குத் தனியாக ஒரு இடமும் அதன் வடிவம் முதலானவற்றை அறிவதற்குத் தனித்தனியாக வேறு இடங்களும் உள்ளன. இருப்பினும் நாம் அவற்றைத் தனித்தனியாக உணராமல் ஒன்றாகத்தான் அறிகிறோம். மூளையின் பகுதிகளை ஒருங்கிணைத்து வழங்கும் பகுதி ஒன்று இருப்பதால் இது சாத்தியமாகிறது. ஒவ்வொரு பொருளுக்கும் அதற்குரித்தான நிறம் வடிவம் முதலியன வெவ்வேறு இடங்களில் நினைவுகளாக சேமிக்கப்படுகின்றன. மீண்டும் நினைவு கூறும்போது அவற்றை ஒன்று திரட்டித்தான் நாம் பார்க்கிறோம்.

சிக்காகோ பல்கலைக்கழக நரம்பியல் வல்லுநர்கள் ஒரு காரியம் செய்தார்கள். ஒரு கண் மேல் கீழாக உள்ள சிவப்பு கோடுகளைப் பார்க்கவும், இன்னொரு கண் வழியாக பச்சை நிற குறுக்குக் கோடுகளைப் பார்க்கும்படியாகவும் செய்து, ஒரு கண்ணில் கோடுகளை கவனிக்காதபடி செய்த-

போது பார்ப்பவருக்கு ஒரு திசை கோடுகள்தான் தெரிந்தன. ஆனால் இரண்டு நிறங்கள் போட்டி போட்டுக்கொண்டு அந்தக் கோடுகளுக்கு கலர் கொடுத்தன. மூளை நிறங்களை பொருள்களுக்கு எப்படி தீர்மானிக்கின்றன என்பதை அறிவ-தற்காக இந்த ஆய்வுகளை மேற்கொண்டனர். வடிவமில்லா-மல் வெறும் கலரை மூளை சேமித்து வைக்கத் திணறுகிறது என்று அவர்கள் கண்டுபிடித்தனர்.

10. மண்ணுக்கு ஏற்பவே குளவிக் கூடுகளின் நிறங்கள்

- ச.சுபாஷ் சந்திரபோஸ்

‘கொல்லைப் புளியங்காய் குளத்து மீன் கவிச்சியைப் போக்கும்’ என்றொரு பழமொழி இருக்கின்றது. ஒன்றற்கு ஒன்று அல்லது ஒருவர்க்கு ஒருவர் உதவியாய் இருப்ப-தைத்தான் இந்தப் பழமொழி வெளிப்படுத்துகின்றது. கால்-நடை இனத்தைச் சார்ந்த மாடுகளும் பறவை இனத்தைச் சார்ந்த கொக்குகளும் ஓர் இணக்கத்துடன் வாழ்வதைக் கொல்லை, வயற்காட்டுப் பக்கங்களில் காணலாம். மாடுகள் மேய்ந்துகொண்டு போகும்போது புழு, பூச்சிகள் வெளிப்படும். அவற்றைக் கொக்குகள் பிடித்து இரையாக்கிக் கொள்ளும்.

புலி, சிங்கம் போன்றவை பயங்கரமாக ஊனுண் ணிகளா-கச் சித்திரிக்கப் பெறுகின்றன. பசிக்கும் போது ஏதாவது ஒரு விலங்கைப் பற்றித் தின்று விட்டுப் போகும். எஞ்சிக் கிடப்-பவை மற்றைய பறவைகள், விலங்குகளுக்குத் தீனியாகும். மனிதர் களைப் போல அவை பல தலைமுறைகளுக்குச் சேர்த்து வைப்பதில்லை. ஒருவன் இவ்வாறு குறுக்கு வழி-யில் சேர்த்து வைப்பது அவன் சந்ததிகளுக்கு ஆகின்றதோ இல்லையோ, ஆனால் கால் வயிற்றுக் கஞ்சிக்காக ஏங்-கித் தவிக்கும் பல பேரின் வயிற்றில் அடிக்கின்றான் என்பது மட்டும் கண்கூடான உண்மை.

தாங்களே உழுது பயிரிட்டு அல்லது வேறு தொழில் செய்து வாழ்வோருக்கு வருத்தமும் தெரியும்; பிறரின் வறு-

மையும் புரியும். குடியானவர்கள் அவர் களைச் சார்ந்து வாழ்பவர்களுக்கிடையே உள்ள இணக்கத்தைப் பண்ணை, பண்ணைத் தொழிலாளர் களுக்கிடையே காணமுடியாது.

விடுதலைக்குப் பிறகு மக்களிடம், குறிப்பாக உழைக்கும் வர்க்கத்தினரிடம் விழிப்புணர்வு ஏற் பட்டிருந்தாலும் வாழ்க்கைத் தரம் உயர்ந்து விட்டது என்று சொல்லிவிட முடியாது. ஒருவேளை, இரு வேளை வயிற்றுப்பாட்டுக்கே இந்திய மக்கள் தொகையில் முக்கால்வாசிப் பேர் திண்டாடுவதாகப் புள்ளிவிவரங்கள் குறிப்பிடுகின்றன. ஆனால் ஒன்று மட்டும் தெளிவாகத் தெரிகின்றது. பணக்காரர்கள் மேலும் மேலும் பணக்கார ஆகிக் கொண்டிருக் கின்றார்கள். வாங்கும் சக்தியை இழந்து, பெரு வாரியான மக்கள் மேலும் மேலும் வறுமைக்கு ஆட்படுகிறார்கள். அடிப்படைத் தேவைக்கான பொருள்களின் விலை, வானை முட்ட வளர்ந்து கொண்டே போகின்றது.

இப்படிப்பட்ட சமனற்ற வாழ்க்கை நிலை காலங்காலமாகவே காணப் பெறுகின்றது. பெரும் பான்மையான உழைக்கும் மக்கள் விதியை நினைத்து, வெந்ததைத் தின்று, வேளை வரும்போது போய்ச் சேரலாம் என்பதையே தாரக மந்திரமாகக் கொண் டிருந்தார்கள். கிணற்றுத் தவளையாக வாழ்ந்த வாழ்க்கையில் இப்படிப்பட்டவர்கள் வாழ்க்கையை அறிய முடியாமலே காலம் கழிந்தது, வாழும் சூழலும் ஒரு காரணம்.

உழைக்கும் மக்களைச் சுரண்டக் கூடியவர் களுக்குள் சாதி, மத பேதமே இல்லை; எல்லோரும் ஒன்றாகிவிடுகின்றார்கள். வடிவம் மாறுகின்றதே தவிர, சுரண்டல் என்பது மன்னராட்சி காலத்தி லிருந்து நடைபெற்றுக்கொண்டுதான் இருக்கின்றது. அதைத் தட்டிக் கேட்பவர்கள் தீவிரவாதிகளாகவும் பயங்கரவாதிகளாகவும் திருடர்களாகவும் சித்திரிக்கப் பெறுகின்றார்கள்.

சுரண்டலுக்கும் சாதிய வெறிக்கும் வன்கொடுமைக்கும் உள்ளாகும் உழைக்கும் வர்க்கத்தினரைப் பற்றிய படைப்புகள் நிறையவே வந்துகொண்டிருக் கின்றன. தமிழ் இலக்கியங்கள்

ஒரு நீண்ட வரலாற்றுப் பின்னணியைக் கொண்டவை. பத்துப்பாட்டு, எட்டுத் தொகை என்னும் சங்க இலக்கியங்கள் போர், காதலைப் பற்றிப் பேசுபவையாக இருந்தாலும் ஒரு சமுதாயப் பின்னணி அவற்றுள் இழைந்தோடுவதைக் காண முடிகின்றது. இக்கால இலக்கியங்களைத் தவிர மற்றைய கால இலக்கியங்களில் சங்க இலக் கியங்களில் காணப்படுவதைப் போன்று ஒரு பரந்த சமுதாயச் சூழலைக் காண முடியவில்லை. குறை வான வட்டத்துக்குள்ளேயே அவை சுழல்கின்றன. இக்கால இலக்கியங்கள் அவை நாடு, மொழி, இனம் என்னும் வேறுபாடில்லாமல் ஒரு பரந்த உலகத்தை நம்முள் பதிவு செய்கின்றன.

இந்த வகையில் 2010 ஆம் ஆண்டு நியூ செஞ்சுரி புத்தக நிறுவனத்தால் வெளியிடப்பெற்ற டி.செல்வ ராஜ் அவர்களின் தோல் என்னும் புதினத்தைச் சொல்லலாம். முற்போக்கிலக்கியப் படைப்பாளரான டி.செல்வராஜ் இதற்கு முன் பல புதினங்களைத் தமிழ்கூறு நல்லுலகிற்கு வழங்கியுள்ளார். மலரும் சருகும், தேநீர், மூலதனம், அக்னி குண்டம், நிழல் யுத்தம் போன்ற புதினங்களையும் படைத்துள்ளார்.

தோல் தமிழக அரசின் 2011ஆம் ஆண்டு சிறந்த புதினத்திற்கான விருது, 2012 ஆம் ஆண்டிற் கான சாகித்திய அகாதெமி விருது என ஒரே கல்லில் இரண்டு மாங்காய்களைப் பெற்றுள்ளது. முற் போக்கு எழுத்தாளர் டி.செல்வராஜ் அவர்களுக்கு வாழ்த்துக்களைக் கூற வேண்டும்.

1950களில் சிறுவனாக இருக்கும்போது ஆல விதை போன்ற ஒரு கரு மனதிற்குள் விழுந்தது. 1990களில்தான் பருவங் கட்டியது. அதன் மூலத்தைத் தேடி ஒன்றிணைந்த தஞ்சாவூர் மாவட்டத்தின் கிழக்குப் பகுதிகளில் அலைந்தபோது அங்குப் பல விருட்சங்களைக் காண முடிந்தது. நஞ்சை கொஞ்சி விளையாடும் அந்தப் பகுதியில் வாழ்ந்த, வாழும் வாழ்கின்ற பண்ணைத் தொழிலாளர்களின் வறண்ட வாழ்க்கையைக் கேள்விப்பட்டபோதும் பார்த்த போதும் இது கீழத் தஞ்சையா அல்லது கீழான தஞ்சையா? என்னும்

எண்ணமே முதன்முதலில் பட்டது.

கீழை, மேலை என எல்லா நாடுகளிலும் அடிமைகள் வாழ்ந்திருக்கிறார்கள். ஆனால் கீழத் தஞ்சையைப் போலப் பண்ணைத் தொழிலாளர்கள் வேறு எந்த நாட்டிலும் கொடுமையை அனுபவித்த தில்லை என்று ஆய்வாளர்கள் குறிப்பிடுகின்றார்கள். இந்தக் காலத்திலேயே மலத்தைப் புகட்டுகின்றார்கள். சிறுநீரைக் குடிக்க வைக்கின்றார்கள். அந்தக் காலத்தில் குட்டிச் சிற்றரசர்களாக வாழ்ந்த பண்ணையார் களைப் பற்றிச் சொல்ல வேண்டியதில்லை.

இவ்வளவிற்கும் கீழத் தஞ்சையிலுள்ள பண்ணைத் தொழிலாளர்கள் ஏறக்குறைய அனைவருமே இந்துக்கள்தான்; நந்தனாரின் வழித் தோன்றல்கள் தான். காந்தியடிகளின் மொழிப்படி ஹரிஜனங்கள் தான். ஒரு மதத்திற்குள் சாதியின் ஆகக்கூடிய இறுக்கமும் ஏற்றத்தாழ்வும் இந்தியாவைத் தவிர வேறு எங்கும் இருப்பதற்கு வாய்ப்பில்லை.

முள்ளுப் பத்தைகளுக்கிடையே மருந்துச்செடி முளைத்திருப்பது போலப் பள்ளிக்கூடங்கள் சில ஆங் காங்கே காணப்பட்டன. பண்ணைத் தொழிலாளர் களின் பிள்ளைகளைப் பண்ணையார்கள் பள்ளிக் கூடம் போவது போலக் கனவு கூடக் காண விட மாட்டார்கள். பிறகு எங்கே படிப்பது? வயிற்றுப் பாட்டைத் தவிர, அவர்கள் வேறு எதையும் எண்ண முடியாத வகையில் அவர்களுக்கான கட்டமைப்பு இருந்தது. கொடுக்கும் கூலியைக் கூட வாங்கிய கடனுக்கு வட்டியாகப் பறித்துக்கொள்வார்கள்.

கரும்புத் தோட்டத்திலே வாடியவர்களுக்காகக் கலங்கியவர் பாரதியார். ஏழ்மையிலும் அறியாமை யிலும் உழன்றவர்களைப் பற்றியெல்லாம் பாடியிருக் கின்றார். 'கல்வியிற் சிறந்த தமிழ்நாடு' என்று நல்ல வேளையாக இறந்த காலத்தை எண்ணித்தான் பாடி யிருப்பார்; கீழத்தஞ்சையைச் சுற்றிப் பார்த்திருந்தால் இப்படிப் பாடவே யோசித்திருப்பார்.

1917இல் அக்டோபர்ப் புரட்சி ருஷியாவில் ஏற்பட்ட பிறகே மார்க்சிய சித்தாந்தங்கள் உலகெங் கிலும் பரவலாயின. நாகப்பட்டினத்தில் இரயில்வே தொழிற்சங்கம் ஏற்-

பட்டது. கீழத் தஞ்சையில் விவசாயச் சங்கம் தோன்றியது. உழைக்கும் வர்க்கத் தினரிடையே ஒரு விழிப்புணர்வு ஏற்பட்டது. இதற்கு அடிப்படைக் காரணம், "மனிதன் தன்னை ஒத்த உழைப்பாளிகளாக ஒன்று சேரும்போது - ஒரு வர்க்கமாக - சமூகத்தை மாற்றியமைக்கும் வர்க்கப் போராட்டங்களில் ஈடுபடுகின்றான். வர்க்கப் போராட்டம் என்பது சமூகச் சூழல்களைப் புனரமைக்கும் ஒரு தீவிர நடவடிக்கை" என்னும் ந.முத்துமோகன் அவர்களின் கூற்று இங்கு நினைக்கத் தக்கது. (இயங்கியல் பொருள்முதல்வாதம் - ஓர் அறிமுகம். ப.9).

காங்கிரஸ், நாட்டின் விடுதலை ஒன்றையே குறிக்கோளாகக் கொண்டிருந்தது. சாதிய ஒடுக்கு முறையில் விடுபட்டு, பொருளாதாரத்தில் உழைக்கும் வர்க்கம் தன்னிறைவு கண்டால்தான் உண்மையான விடுதலையை அடைந்ததாகும் என்று பொதுவுடைமை வாதிகள் எண்ணினார்கள். அதற்கான செயற் பாட்டிலும் இறங்கினார்கள்.

அந்நிய அரசு, பொதுவுடைமைவாதிகளை எந்த அளவுக்கு நசுக்கி ஒடுக்கியதோ அதில் எள்ளள விலும் குறைவில்லாமல் காங்கிரஸ் அரசும் செய்தது. விடுதலைக்கு முன் வேறு வேறு கட்சியில் இருந்து கொண்டு, நாட்டுக்கு விடுதலை வேண்டாம் என்றவர் களின் பண்ணைகளையும் தொழில்களையும் காக்க வேண்டுமல்லவா?

அன்றிலிருந்து இன்று வரை பொதுவாக ஆளும் காங்கிரஸ் கட்சியும் பிற ஆளும் கட்சிகளும் கங்கணம் கட்டிக்கொண்டு ஒரு வேலையைச் செய்கின்றன. நாட்டின் இயற்கை வளங்களைத் தனியார்களுக்குத் தாரை வார்த்துக் கொடுக்கின்றார்கள். சில்லறை வர்த்தகம் செய்ய வெளி நாட்டினரைப் பட்டுக் கம்பளம் விரித்து வரவேற் கின்றார்கள். நுகர்வோரும் சாகுபடியாளர்களும் பயன்பெறுவார்களாம். எத்தனை காலம்தான் இப்படிப் பல கோடி மக்களுக்குக் காது குத்துவார்கள் என்று தெரியவில்லை. பசுமைப்புரட்சியைக் கொண்டு வந்தால் இந்தியாவின் பஞ்சமே தீரும் என்றார்கள்.

வந்தது பசுமைப் புரட்சி. உற்பத்திச் செலவு அதி கரித்ததால் சாகுபடியாளர்கள் தற்கொலை செய்து கொள்ளும் அளவிற்குத் தள்ளப்பட்டார்கள். இர சாயன உரம், பூச்சிக்கொல்லி மருந்தை ஏற்றுக் கொண்ட பயிர்கள் அவற்றின் நஞ்சை விளை பொருட்கள் வழியாக நுகர்வோருக்குக் கொடுக் கின்றன. சர்க்கரைநோய், புற்றுநோய், இதய நோய், புதுப்புது நோய்கள் என நோயில்லாத இந்தியரைப் பார்க்க முடியாத அளவிற்குப் பசுமைப் புரட்சியின் பங்களிப்பு இருக்கின்றது. தண்ணீர் இன்றி வாடும் பயிரைப் பார்க்க மனமில்லாமல் விவசாயிகள் தற்கொலை செய்து கொள்கின்றார்கள். வந்தாரை வாழவைத்த தஞ்சையில் வாழ்ந்தவர்கள் பிழைப்புத் தேடி இடம்பெயர்கின்றார்கள். இந்த லட்சணத்தில் இரண்டாவது பசுமைப்புரட்சி வேண்டும்.

பண்ணைத் தொழிலாளர்களுக்கு விழிப்புணர் வை ஊட்டத் தலைமறைவாக வாழ்ந்து கொண்டு பாடுபட்ட தோழர்கள் பலர் தங்கள் இன்னுயிரை ஈந்து தியாகி ஆனார்கள்.

களஆய்வு, வரலாற்றுக் குறிப்புகள், பொது வுடைமைக் கோட்பாடுகள் போன்றவற்றை அடிப் படையாகக் கொண்டு வாட்டாக்குடி இரணியன், சாம்பவானோடைச் சிவராமன், மலைப்பாம்பு மனிதர்கள், பொதுவுடைமைப் போராளி ஏ.எம். கோபு போன்ற புதினங்களும் சிவப்பு நாளங்கள் என்னும் சிறுகதைத் தொகுப்பும் இக்கட்டுரை யாளரால் எழுதப்பட்டுள்ளன.

இப்படிப்பட்ட மனப் பதிவுகளோடு டி.செல்வ ராஜ் அவர்களின் தோல் புதினத்தைப் படித்துப் பார்க்கும்போது பண்ணைத் தொழிலாளர் வாழ்க்கை நிலைக்கும் தோல் பதனிடு தொழிற்சாலைகளில் வேலை செய்வோர், நகரைச் சுத்தி செய்வோர் வாழ்க்கை நிலைக்கும் நிறைய ஒற்றுமைகள் காணப் பெறுகின்றன.

“சகல செல்வத்தினுடைய தோற்றுவாயும் உழைப்பே என அரசியல் பொருளியல்வாதிகள் அறைந்து கூறுகின்றனர். உண்மையிலேயே அது தான் தோற்றுவாய்- இயற்கைக்கு

அடுத்தபடியாக, அதற்கு இயற்கை மூலாதாரமாக வழங்கும் பொருளை அது செல்வமாக மாற்றுகிறது'' (உழைப்பின் பாத்திரம், ப.2) எங்கல்ஸ் குறிப்பிடுவதைப் போன்று உழைப்பே மனித இனத்தின் வளர்ச்சிக்குத் தோற்று வாயாக இருந்துள்ளது. இன்றும் மக்களைத் தவிர மற்றைய உயி-ரினங்கள் தங்கள் உணவைத் தாமே தான் தேடிப் பெறு-கின்றன. பகுத்தறிவு பெற்ற மனித இனத்தில் மட்டுமே வலுத்தவன் வாழவும் இளைத்தவன் வீழவும் முடிகின்றது.

பண்ணைத் தொழில் என்பது வழிவழியாக வந்துகொண்-டிருக்கின்றது. தோல் பதனிடு தொழில் மரபு சார்ந்து சிறு அளவில் நடைபெற்றாலும் அது ஒரு தொழில் நிறுவனம் ஆனது - அந்நியர் ஆட்சிக் காலத்தில்தான். ஏற்றுமதிக்கு அதிக வாய்ப்புகள் இருந்தபோது சாதிமத வேறுபாடில்லாமல் அத் தொழிலைச் செய்து முதலாளி - தொழிலதிபர் ஆனார்-கள்.

கீழத்தஞ்சையில் பண்ணையார்கள் எல்லாச் சாதி, மதங்-களைச் சேர்ந்தவர்களாகவும் இருந்துள்ளார்கள். இதே போன்றுதான் தோல் பதனிடு தொழிற்சாலை முதலாளிகளும் இருக்கின்றார்கள். ஹாஜியார் அஸன் ராவுத்தர், வேத சிரோன்மணி, சுந்தரம் ஐயர், வரதராஜுலு நாயுடு எனப் பெயர்களைப் பார்த்தே தெரிந்து கொள்ளலாம்.

மனிதக் கழிவை மனிதனே அகற்ற வழிவகை செய்த-வர்களை வரலாறு சபித்துக் கொண்டே இருக்கும். எவ்-வளவு கொடுமையான ஒரு செயல்! மனிதக் கழிவுகளை அள்ளுபவர்கள் நேரடியாகச் சொர்க்கத்திற்கே போவார்க-ளாம். இது வட நாட்டு இந்துத்வா அரசியல் தலைவர் ஒருவரின் பிடிப்பு. சனாதன தர்மத்தைக் கடைப்பிடித்துக் கோயில் குளங்களைச் சுற்றி மந்திரங்களை முணு முணுத்து, ஆண்டவனை நித்தம் வேண்டி ஏன் அவர்கள் சொர்க்கம் புக வேண்டும்! அவர்களும் மனிதக் கழிவை அள்ளும் தொழிலைச் செய்து சொர்க்கத்தை அடையலாமே! மனிதக் கழிவை அள்ளும் மக்களின் மன நிலையைத் தோல் புதின

ஆசிரியர் டி.செல்வராஜ் ஒரு கதைமாந்தர் வழியாகப் பின்காணுமாறு எழுதுகின்றார். "ஒரே பாவா. இந்த உத்தோகம் பெத்த கலெக்டர் உத்யோவம் பாரு. மசிரு வேலை, போனாப் போவுது. ஊருப்பய பேண்ட பீய அல்லாம் அள்ளிச் சுமக்கிற உத்யோகம்" (தோல். ப. 373)

ஒட்டு மொத்தமாக உழைக்கும் வர்க்கத்தின் நிலையைப் பார்க்கும்போது ஓயா உழைப்பு; கால் வயிற்றுக்குக் கூடக் காணாத கஞ்சி. கீழத் தஞ்சைப் பண்ணைத் தொழிலாளர்கள் படும் பாடு எல்லாத் தொழிலாளர் வர்க்கத்தினருக்கும் பொருந்தும்.

கதிரோன் தோன்றினான்
கவலை கொண்டு ஏங்கினோம்
உணவோ நீராகாரம்
உடையோ கோமணம்

உழைக்கும் வர்க்கத்தினர் இழப்பதற்கு அடிமைத் தளையைவிட வேறொன்றுமில்லை என்னும் காரல் மார்க்சின் கூற்றுக்கு ஏற்பத்தான் அவர்களின் வாழ்க்கை நிலையே இருக்கின்றது. அதனால்தான் பல்வேறு சங்கங்கள் உருவாகும்போது அவற்றில் இணைந்தார்கள்.

கீழத் தஞ்சையில் பண்ணைத் தொழிலாளர் களிடம் விழிப்புணர்வை ஏற்படுத்த பி.சீனிவாச ராவ் ஒரு மாமனிதராக உருவெடுத்து வருகின்றார். பண்ணைத் தொழிலாளர்களோடு ஒன்றி அவர் களுக்கு விழிப்புணர்வை ஏற்படுத்துகின்றார். ஊர்ந்து செல்லும் அட்டையின் மீது ஏதாவது பட்டால் உடனே அது தன்னைச் சுருட்டிக் கொள்ளும். அது போலத்தான் அந்த மக்களின் வாழ்க்கை நிலையும் இருந்தது. பண்ணைத் தொழிலாளர்களைப் பண்ணை யார்களும் அவர்களுடைய கார்வாரிகளும் 'அட்டைப் பயலுவ' என்றுதான் குறிப்பிடுவார்கள்.

புறம்போக்கு நிலங்களையும் கோயில் நிலங் களையும் வளைத்துப் போட்டுக்கொண்டு சுகபோக மாக வாழும் பண்ணையார்களுக்கு அடியாட்கள் பிற்படுத்தப்பட்ட இனத்தைச்

சார்ந்தவர்கள். பண்ணை யாளர்களிடம் பெறும் சொற்பக் கூலிக்காகப் பண்ணைத் தொழிலாளர்களைப் படாதபாடு படுத்துவார்கள். ஒரு பண்ணைத் தொழிலாளி நிமிர்ந்து பார்த்தான் அல்லது ஏதாவது ஒரு தவறைச் செய்துவிட்டான் என்றால், பயங்கரமான தண்டனைகளைக் கொடுப்பார்கள். சாட்டையால் அடிப்பார்கள்; சாணிப்பால் கொடுப்பார்கள்; ஆரக்காலில் கட்டி வைத்துச் சூடுபோடுவார்கள். கீழ்ப்பாய்ச்-சிப் போடுவார்கள், அவன் பெண் டாட்டியின் சிறுநீரைக் குடிக்கச் செய்வார்கள். மானுட சமுதாயமே வெட்கித் தலை குனிய வேண்டும்! நாடு விடுதலை பெறுவதற்கு முன்னும், பெற்ற பின்பும் இந்தக் கொடுமைகள் எல்லாம் நிகழ்ந்தன. இந்தக் கொடுமைகளுக்கெல்லாம் முடிவு கட்டப் பாட்டாளி மக்களுக்கு ஒரு விடி வெள்ளியாக வந்தவரே பி.சீனிவாச-ராவ்.

ரிஷிமூலம் நதிமூலம் தெரியாது என்பார்கள். கர்நாடகப் பகுதிகளில் தோன்றிச் சோழ நாட்டை வளப்படுத்தியது காவிரி. ஆலயங்களும் மடங் களும் பண்ணைகளும் ஒன்றி-ணைந்த தஞ்சாவூர் மாவட்டத்திலுள்ள பல லெட்சம் ஏக்கர் நிலத்தை வளைத்துப் போட்டுக் கொண்டன. ஆய கலைகள் அறுபத்து நான்கினையும் வளர்த்துக்கொண்டு சிறு எண்-ணிக்கையிலுள்ள மேட்டுக் குடிகள் மட்டும் சுகபோகமாக வாழ்ந்தார்கள். காவிரியைப் போற்றி னார்கள்; வணங்கினார்-கள்.

'சோழநாடு சோறுடைத்து' என்னும் பெரு மையை உலகுக்குப் பறைசாற்றினார்கள். உலகமும் மதிப்போடு பார்த்-தது. இது ஒரு பக்க உண்மை தான். இன்னொரு பக்கத்தை உலகிற்குக் காட்ட வில்லை; பழம் பெருமைகளைக் கூறியே மறைத்து விட்டார்கள். அப்பகுதியில் செழித்து வளர்ந்த பக்-தியும் கலைகளும் மனுநீதிகளும் உழைக்கும் மக்களை அப்-படியே சேற்றில் அமுக்கிக் கீழத் தஞ்சைக்கு உரமாக்கிக் கொண்டன.

இப்படிப்பட்ட சூழலில் கீழத் தஞ்சைக்கு வந்து மக்க-ளோடு மக்களாக வாழ்ந்து பண்ணைத் தொழி லாளர்க-

ளுக்கும் அவர்களை ஆட்டிப் படைத்த கார்வாரிகளுக்கும் 'எல்லோரும் இந்நாட்டு மன்னர்' என்னும் விழிப்புணர்வை ஊட்டியவர் பி.சீனிவாச ராவ். சாதி வேறுபாடுகளை உதறித் தள்ளிவிட்டுப் பல பிற்படுத்தப்பட்ட இனத்தைச் சார்ந்தவர்க-ளும் பண்ணைத் தொழிலாளர்களின் வாழ்க்கை முறையைப் புரட்டிப் போடப் பாடுபட்டார்கள்.

இவ்வளவு புரட்சியைச் செய்வதற்கு இங்குத் தோன்றிய அற இலக்கியங்களோ பக்தி இலக்கியங் களோ கைகொ-டுக்கவில்லை. காரல்மார்க்சின் பொது வுடைமைச் சித்தாந்-தமே புதிய பாதை போட்டுக் கொடுத்தது. காரல்மார்க்ஸ், "உழைக்கும் மனிதர் களின் விடுதலைக்காகவும் நல்வாழ்-வுக்குமான போராட்டத்திற்கும் சுரண்டல்காரர்களுக்கும் அவர் களுடைய கையாட்களுக்கும் எதிரான போராட்டத் திற்கும் தன் வாழ்நாள் முழுவதையும் அர்ப்பணம் செய்தார்." (மார்க்ஸ் என்பவர், ப. 16)

விவசாயச் சங்கம், பொதுவுடைமைக் கட்சி என்பவை பாட்டாளி மக்களை வழி நடத்தின. பண்ணையார்கள் 'துண்-டைக் காணும், துணியைக் காணும்' என்று அகப்பட்டதைச் சுருட்டிக்கொண்டு காணாமல் போய் விட்டார்கள்.

இன்று பதவி ஆசையாலும் இலவசங்களாலும் தோழர்-கள் எல்லோரும் பல கட்சிகளின் தொண் டர்கள் ஆகிவிட்-டார்கள். எங்கிருந்தாலும் அவர்கள் பி.சீனிவாசராவ் அவர்-களையும் பொதுவுடைமைக் கட்சியையும் அவர்களுக்காக இன்னுயிர் நீத்த தியாகி களையும் ஒருகணம் எண்ணிப் பார்க்க வேண்டும். அவர்கள் மறந்தாலும் வரலாறு பறை-சாற்றிக் கொண் டிருக்கும்.

தோல் பதனிடு தொழிற்சாலையில் வேலை பார்க்கும் தொழிலாளர்களுக்கும் நகர சுத்தித் தொழிலாளர்களுக்கும் விழிப்புணர்வை ஏற்படுத்தத் தோல் புதினத்தில் சுந்தரேச அய்யர் மகன் வழக் குரைஞர் சங்கரன் வருகின்றார். இவர் இதற்குமுன் மார்க்சிய சித்தாந்தத்தை அறிந்தவர் அல்லர். தஞ்சாவூர் மாவட்டத்தைச் சேர்ந்த இவரின் தந்தை வழக்கு-

ரைஞர். மதுரை வைத்தியநாதய்யரின் தொடர் பால் திண்டுக்கல் போய் வழக்குரைஞர் தொழிலில் ஈடுபடுகின்றார்.

நிலப்பிரபுத்துவக் குடும்பத்தைச் சார்ந்தவர்கள்; காந்தியச் சிந்தையால் ஈர்க்கப்பெற்றவர்கள். தாழ்த்தப் பட்ட மாணவர்களின் மேம்பாட்டுக்காக நிலங்களை ஒதுக்கிப் பள்ளிக்கூடம் நடத்துகின்றார்கள். இவரின் பெரிய தகப்பனார் பரமசிவம் உயர்நீதிமன்ற நீதிபதி. இப்படிப்பட்ட பின்புலம் உள்ள சங்கரன் தான் உழைக்கும் வர்க்க மக்களின் முன்னேற்றத் திற்காகப் பாடுபடுகின்றார். சனாதன தர்மங்களி லிருந்து தன்னை விடுவித்துக் கொண்ட ஒரு முற் போக்கான இளைஞர்.

பரம்பரையாக அடிமைச் சமுதாயத்தில் வாழ்ந்து வந்தவர்களின் பரம்பரையைச் சார்ந்தவர், வாழ்க் கையில் சிறிய அளவிலோ அல்லது பேரளவிலோ முன்னேற்றம் அடைந்தவுடன் சனாதன தர்மத்தைக் கடைப்பிடிக்க ஆரம்பித்து விடுகின்றார்கள். பரம் பரையாகச் சனாதன தர்மத்தில் உழன்ற குடும்பத்தில் பிறந்த சங்கரன் பூணூலை அறுத்தெறிந்துவிட்டு உழைக்கும் வர்க்கத்தினரோடு ஒன்றிணைந்து அவர் களுக்காகப் பாடுபடுவது காரல்மார்க்சின் பொது வுடைமைச் சித்தாந்தத்திற்குக் கிடைத்த வெற்றி யாகும்.

பி.சீனிவாசராவைப் போன்றே சங்கரனும் உழைக்கும் மக்களுக்காக அவர்களோடு இரண்டறக் கலந்து விடுகின்றார். கீழத் தஞ்சையிலும் திண்டுக் கல்லிலும் நடைபெறும் போராட்டங்கள் விடு தலைக்கு முன்னும் பின்னும் என அந்நியர் ஆட்சி யிலும் நம்மவர் ஆட்சியிலும் நடைபெறுகின்றன. அந்நியரின் ஆட்சியை நம்மவர்கள் பொற்காலமாக்கி விட்டார்கள். சட்டி மாற்றுவதைப்போல ஆட்சி மாறியதே தவிர, வாழ வழிகேட்ட உழைக்கும் வர்க்கத்தினரைச் சித்திரவதை செய்து சின்னா பின்னமாக்கிக் கொன்று குவித்து விட்டார்கள்.

களப்பால் குப்பு என்னும் இளைஞர் 1948-இல் திருச்சி சிறைச்சாலையிலேயே மர்மமான முறையில் இறந்தார். வாட்டாக்குடி இரணியன், சாம்பவா னோடைச் சிவராமன்,

ஆம்பலாப்பட்டு ஆறுமுகம் போன்றோர் காவல்துறையின-ரால் சுட்டுக் கொல்லப் பட்டார்கள். இன்னும் பலர் கொல்-லப்பட்டார்கள்.

சோழநாட்டின் நெற்களஞ்சியமாகிய கீழத் தஞ்சை நீண்ட பரப்பினை உடையது. பாதிப்பும் அந்த அளவிற்கு இருந்தது. விரலுக்கு ஏற்ற வீக்கம் என்பது போலத் தோல் புதினத்தில் வரும் தொழி லாளர்களும் கடுமையான அடக்குமுறைக்கு ஆளாகின்றார்கள்.

காவல்துறையினர் தொழிலாளர்களைப் பிடிப் பதாகக் கூறிக்கொண்டு அவர்கள் வாழும் இடங் களை இடித்துத் தள்ளுகின்றார்கள். பண்ட பாத்திரங் களை நொறுக்குகின்-றார்கள். கீழத் தஞ்சையில் போராட்டம் நடந்தபோதும் பல தோழர்களின் வீடுகள் இடித்துத் தள்ளப்பட்டன.

தொழிற்சங்கத் தலைவர் சங்கரனுடன் உற்ற துணையாக இருந்து தொழிலாளர்களை வழி நடத்தும் ஆசிரியர் இருத-யசாமி, வேலாயுதம், சகோதரர் தங்கசாமி போன்றோர் தோல் புதினத்தில் நினைவில் நிற்கும் கதை மாந்தர்கள் ஆவர்.

சாதி, மதம், தீட்டு என்பவற்றில் ஆளும் வர்க்கத் தினர் சில வழிமுறைகளை வகுத்து வைத்துள்ளனர். ஆண் தொழிலாளர்களிடம்தான் சாதி, தீட்டு போன்றவற்றைக் கடைப்பிடிக்கின்றார்கள். பெண் களிடம் அந்த நேரத்திற்கு மட்டும் இவற்றுக்கு விதிவிலக்கு அளிக்கின்றார்கள். ஒரு பாட்டே இருக்கின்றது.

காட்டுல மேட்டுல எங்களக் கண்டா
காலப் புடிப்பீங்க ஆண்டே
வீட்டுல வாசலுல எங்களக் கண்டா
வெரட்டுவீங்க ஆண்டே

ஒரு பண்ணைத் தொழிலாளிக்குக் கல்யாணம் நடந்தால் முதலிரவு பண்ணையாரோடுதான் நடை பெற வேண்டும். இப்படிப்பட்ட ஒரு வழக்கம் காலங் காலமாகவே இருந்-துள்ளது. பொதுவுடைமைப் போராளி ஏ.எம்.கோபு அவர்கள் தம்முடைய வாலிபப் பருவத்தில் தோழர்களுடன் சேர்ந்து கொண்டு மகாலிங்க ஐயர் என்பவர்க்கு மரண தண்டனை

வழங்கியது வரலாற்றில் பதிவான செய்தியாகும்.

தோல் பதனிடு தொழிற்சாலையில் வேலை செய்யும் சின்-னக்கிளி என்னும் பெண் முஸ்தபா மீரானின் பாலியல் வன்-கொடுமையால் இறந்து போகின்றாள். நகர சுத்தி செய்யும் பெண்களும் அவர்களின் கண்காணிப்பாளர்களால் தொல்-லைக் குள்ளாகின்றார்கள்.

கீழத்தஞ்சையில் பண்ணைத் தொழிலாளர் களுக்குக் கொடுமையான தண்டனைகள் கொடுத்த தைப் போன்றே தோல் பதனிடு நிறுவனங்களில் வேலை செய்த தொழிலா-ளர்களுக்கும் முதலாளிகள் கொடுத்தார்கள். “தோல் ஷாப்-பின் பிரதான வாசலை ஒட்டி நடப்பட்டிருக்கும் கல் தூணில் ஓசேப்பு கௌபீனத்தோடு முழு நிர்வாணமாகக் கட்டித் தொங்கவிடப்பட்டிருக்கிறான். தோல் ஷாப்பு உடைமையா-ளர்களின் ஏவல் நாயான கடுவன், கையில் உடும்புத் தோலால் பின்னப்பட்ட சாட்டை வாரினால் சரமாரியாக ஓசேப்பின் உடம்பில் தன் பலத்தையெல்லாம் கூட்டி அடித்-துக் கொண்டிருக்கிறான். ஓசேப்பின் உடல் முழுவதும் சாட்டை வாரினால் ஏற்பட்ட காயங்கள், தோல் பிய்ந்து உதி-ரம் சொட்டிக் கொண்டிருக்கிறது.” (தோல். ப. 76) எவ்வ-ளவு பயங்கரமான நிகழ்வு; படிப்போரின் நெஞ்சில் படிமமா-கப் பதிகின்றது.

கீழத் தஞ்சைப் பண்ணைத் தொழிலாளர் போராட்டத்தி-லும் சரி, தோல் புதினத்தில் நடை பெறும் போராட்டங்களி-லும் சரி, காவல்துறை யினரின் காட்டுத் தர்பார் சொல்லில் அடங்காதவை. அரசாங்கம் எள் என்றால் அவர்கள் எண்-ணெயாகத் தான் கொடுத்துள்ளார்கள்.

கீழத் தஞ்சைப் பண்ணைத் தொழிலாளர் போராட்டங்க-ளில் பலரைச் சுட்டுக்கொல்ல மூல காரணமாக இருந்தவர் துணை காவல்துறைக் கண் காணிப்பாளராக இருந்த சுப்-பையா பிள்ளை என் பவரைக் குறிப்பிடுவார்கள். தோல் புதினத்தில் வரும் வெள்ளைத்துரை, தேவசகாயம், தீச்சட்டிக் கோவிந்தன் போன்றவர்கள் மனிதத்தன்மை அற்றவர் களா-

கவே காணப்படுகின்றார்கள். தோல் பதனிடு நிறுவன முதலாளிகளின் அடிவருடிகளாகச் செயல் படுகின்றார்கள்.

பண்ணைத் தொழிலாளர்களுக்கு முன்னோடி யாக இருந்த களப்பால் குப்பு திருச்சி சிறையில் மர்மமான முறையில் இறந்ததைப் போன்று சிறையில் அடைக்கப்பட்டிருந்த இருபத்தைந்து வயதுப் பெண் அக்னீஸ்மேரி என்பவளும் மர்மமான முறையில் இறந்து போகின்றாள்.

கீழத்தஞ்சைப் போராட்டங்களிலும் பல எட்டப்பன்கள் தென்படுகின்றார்கள். சாம்பவா னோடைச் சிவராமனைக் காட்டிக் கொடுத்தவர் நாட்டுச்சாலை மஞ்சுவேளார். வாட்டாக்குடி இரணியன், ஆம்பலாப்பட்டு ஆறுமுகம் இருவரையும் காட்டிக் கொடுத்தவர் வடசேரி பட்டாமணியம் சாம்பமூர்த்தி. இவர்களைப் போன்றே தோல் புதினத்திலும் சில எட்டப்பன்கள் உலா வரு கின்றார்கள். கழுவத் தேவன், மிக்கேல்சாமி போன்ற வர்கள் ஆளும் வர்க்கம் தூக்கிப் போடும் எலும்புத் துண்டுக்காக அலைபவர்கள். இறுதியில் இவர் களின் எதிர்பார்ப்பு இலவு காத்த கிளிதான்.

பொதுவுடைமைச் சித்தாந்தத்தைப் பாட்டாளி மக்களிடம் பரப்பியவரில் பலர் களப்பலி ஆனாலும் உழைக்கும் வர்க்கத்தினரிடம் ஒரு விழிப்புணர்வு ஏற்பட்டது. நிமிர்ந்த நன்னடையும் நேர்கொண்ட பார்வையும் பெற்றார்கள். எல்லோரும் இந்நாட்டு மன்னர் என்னும் பாரதியின் கனவு மெய்யானது.

ராதநரசிம்மபுரம் வெங்கடேசன், மணலி கந்தசாமி போன்றோர் கீழத் தஞ்சைப் பகுதியில் சட்டமன்ற உறுப்பினர்கள் ஆனார்கள். பிறகு பலருக்குச் சட்டமன்ற உறுப்பினர், நாடாளுமன்ற உறுப்பினர் ஆகும் வாய்ப்பு கிடைத்தது.

தோல் புதினத்தில் வரும் வேலாயுதம் தேர்தலில் போட்டியிட்டுச் சட்டமன்ற உறுப்பினர் ஆகின்றார். எல்லாவற்றுக்கும் மேலாக ஓசேப்பு என்னும் தோல் பதனிடு தொழிற்சாலைத் தொழிலாளி நகரசபைத் தலைவர் ஆவது குறிப்பிடத்தக்க ஒன்றாகும். உண்மை யாக உழைக்கும் தொழிற்சங்க வாதிக்குக் கிடைத்த ஒரு வாய்ப்பாகும்.

தோல் புதினத்தில் ஓசேப்பு - அருக்காணி, சங்கரன் - வடிவாம்பாள் போன்றோரின் காதல் நிகழ்வுகள் ஆங்காங்கே இழையோடுகின்றன. அவை யெல்லாம் மரத்தை மறைத்தது மாமதயானை; மரத்தில் மறைந்தது மாமதயானை என்னும் நிலையை அடைந்து விடுகின்றன. தோல் பதனிடு தொழி லாளர்கள், நகர சுத்தித் தொழிலாளர்கள் படும் இன்னல்க-ளையும் அவர்களைப் பாடாய்ப்படுத்தும் முதலாளிகள், கண்-காணிப்பாளர்களையும் புதினம் முழுவதும் காண முடிகின்-றது. வட்டிக்குக் கொடுத்து வாங்குபவர்களும் தங்கள் கை வரிசையைக் காட்டு கின்றார்கள்.

பல்வேறு வகையான தொழில்கள் மண்சார்ந்தும், தொழிற்சாலைகள் சார்ந்தும் நடைபெற்றுக் கொண் டிருக்-கின்றன. அளவில் கூடக் குறைய இருக்கலாம்; ஆனால் பிரச்சினைகள் இல்லாத தொழிலே இல்லை. முதலாளிகளின் கொள்ளை லாபத்திற்காகத் தொழி லாளர் வர்க்கம் ஆளும் வர்க்கத்தின் ஆசியுடன் நசுக்கி ஒடுக்கப்பட்டதையே வரலாற்றில் காண முடிகின்றது.

மலைப் பகுதியிலுள்ள தேயிலைத் தோட்டங்கள், கடல் சார்ந்த தொழில்கள், சாகுபடி, நெசவு எனத் தொழில்கள் வேறுபடுகின்றனவே தவிர உழைக்கும் வர்க்கம் எதிர்கொள்-ளும் பிரச்சினைகள் பெரும் பாலும் ஒன்று போலவே இருக்-கின்றன. மண்ணுக்கு ஏற்பவே குளவிக் கூடுகளின் நிறங்கள்!

11. நிறம் மாறும் கடல்கள்

- சிதம்பரம் இரவிச்சந்திரன்

காலநிலை மாற்றத்தால் பூமியில் கடல்களின் நிறம் மாறிக் கொண்டிருக்கிறது என்று ஆய்வுகள் கூறுகின்றன. ஒரு கடல் பசுமை நிறமாக மாறக் காரணம், அதில் உள்ள தாவர மிதவை உயிரினங்களின் எண்ணிக்கையில் மாற்றம் ஏற்-படுவதே என்று நாசா நிறுவனத்தின் பகுப்பாய்வுப் படங்-கள் கூறுகின்றன. ஆழ்ந்த நீல நிறத்தில் இருக்கும் ஒரு கடல் காலப்போக்கில் பச்சை நிறத்திற்கு மாறுகிறது. பூமத்திய

ரேகைக்கு கீழுள்ள பகுதியில் அமைந்துள்ள கடற்பகுதிகளில் இந்த பாதிப்பு அதிகம் காணப்படுகிறது.

"கடல் நீர் நிறம் மாறுவது பற்றி நாம் கவலைப்பட வேண்டியதில்லை. ஆனால் சூழல் மண்டலத்தில் நிகழும் மாற்றங்களையே இது அடையாளப்படுத்துகிறது" என்று நேச்சர் (Nature) ஆய்விதழில் வெளியிடப்பட்டுள்ள ஆய்வுக் கட்டுரையின் ஆசிரியர் மற்றும் சவுத்தாம்ப்டன் (Southampton) பல்கலைக்கழகத்தின் தேசிய கடல்சார் ஆய்வு மைய விஞ்ஞானி பிபி கேல் (BB Cael) கூறுகிறார்.

காலநிலை மாற்றத்தின் தற்போதைய போக்கை அறிய கடல் நீரின் நிறம் பற்றி நடத்தப்பட்ட இந்த முன்னோடி ஆய்வில் மிதவை உயிரினங்களில் உள்ள பசுமையான க்ளோரோபில் அல்லது பச்சைய செல்கள் பற்றி முக்கியமாக ஆராயப்பட்டது. மிகச் சிறந்த தரவுகளின் களஞ்சியமான நாசாவின் மோடீஸ் நீரியல் (Modis-Aqua) செயற்கைக்கோளின் உதவியுடன் இந்த ஆய்வுகள் நடத்தப்பட்டன.நாசாவின் செயற்கைக்கோள்

இந்த செயற்கைக்கோள் டெரா (Terra) மற்றும் அக்வா (Aqua) என்ற இரு விண்கலங்களில் செயல்படுகிறது. 2330 கிலோமீட்டர் அகலத்தில் இது பூமியின் நிலம் மற்றும் நீர்ப்பரப்பு முழுவதையும் ஆராயும் திறன் பெற்றது. கடல் நீரில் ஏற்படும் சிவப்பு, நீலம் உள்ளிட்ட நிறங்களின் மாற்றங்களை இதில் உள்ள நிறமானி முழுமையாக ஆராய்ந்து கூறியுள்ளது. வெவ்வேறு அளவுள்ள மிதவை உயிரினங்கள் ஒளியை வெவ்வேறு அளவுகளில் சிதறடிக்கின்றன. வேறுபட்ட நிறமிகளைக் கொண்ட மிதவை உயிரினங்கள் ஒளியை வேறுபட்ட அளவில் உறிஞ்சுகின்றன.

நிறங்களில் ஏற்படும் மாற்றங்களை ஆராய்வதன் மூலம் உலகம் முழுவதும் கடல்களில் வாழும் தாவர மிதவை உயிரினங்களின் எண்ணிக்கையில் ஏற்படும் மாற்றங்களைப் பற்றி விஞ்ஞானிகளால் துல்லியமாக அறிய முடியும். ஒளிச்சேர்க்கை செய்யும் திறன் பெற்ற ஒற்றை செல்லுடன் கடலில்

வாழும் உயிரினங்களே தாவர மிதவை உயிரினங்கள் (phytoplanktons) என்று அழைக்கப்படுகின்றன.

கடற்சூழல் மண்டலத்தில் உணவுச்சங்கிலியின் அடிப்படை இந்த உயிரினங்களே என்பதால் இவை ஆரோக்கியமான கடற்சூழலுக்கு முக்கியமானவை. இந்த நிற மாற்றங்கள் கணினி மாதிரிகளுடன் ஒப்பிடப்பட்டு மனிதனால் புவி வெப்ப உயர்வு ஏற்படுத்தப்படாமல் இருந்தால் கடல்கள் எவ்வாறு இருக்கும் என்று ஆராயப்பட்டபோது இப்போது நிகழ்ந்து வரும் மாற்றங்களைப் பற்றி தெளிவாக அறிய முடிந்தது.

உலகக் கடல்களில் 56% - இந்த மாற்றங்களை வெப்ப மண்டல மற்றும் துணை வெப்ப மண்டலப் பகுதிகளில் உள்ள கடல்களில் குறிப்பிடத்தக்க அளவில் காணமுடிந்தது என்று கேல் கூறுகிறார். பூமியில் இருக்கும் கடல்களில் 56% கடல்களிலும் இந்த மாற்றங்கள் நிகழ்கிறது. இது பூமி-யின் ஒட்டுமொத்த நிலப்பரப்பின் அளவை விட அதிகம்.

பெரும்பான்மையான கடற்பகுதிகளிலும் இந்த பசுமை விளைவு (Greening effect) நிகழ்கிறது. ஆனால் நீல நிறம் மற்றும் சிவப்பு நிறத்தின் அளவுகள் ஒரு சில பகு-திகளில் சில சமயங்களில் அதிகமாவதையும் வேறு சில சமயங்களில் குறைவதையும் காண முடிகிறது என்று அவர் கூறுகிறார். ஒட்டுமொத்த சூழல் மண்டலத்தையும் அழிக்கக் கூடியதோ அல்லது மாற்றக் கூடியதோ இல்லை என்றாலும் இவை மிக நுட்பமானவை. மனித அறிவினால் இன்னும் முழுமையாகப் புரிந்து கொள்ளப்பட முடியாதவை.

மனிதக் குறுக்கீட்டின் மற்றொரு எடுத்துக்காட்டு - நம்-மால் இன்னமும் முழுமையாகப் புரிந்து கொள்ள முடியாமல் இந்த மாற்றங்கள் கடல்களில் நிகழ்ந்து கொண்டிருக்கிறது. மனிதக் குறுக்கீட்டால் பூமியின் உயிர்க்கோளத்திற்கு ஏற்-பட்டு வரும் மோசமான பாதிப்புகளுக்கு இது மற்றொரு சிறந்த எடுத்துக்காட்டு. இந்த ஆய்வுகள் காலநிலை மாற்-றத்தின் இன்னுமொரு விளைவை தெளிவாக ஆவணப்ப-டுத்தியுள்ளன.

என்றாலும் கடல்களுக்குள் எதனால் இந்த மாற்றங்கள் நிகழ்கின்றன, இந்த மாற்றங்கள் எந்த அளவு வலிமையானவை என்பது பற்றி ஆய்வாளர்களுக்கு இன்னும் தெளிவாகத் தெரியவில்லை என்று ஆரிகன் ஸ்டேட் பல்கலைக்கழகத்தின் கடல் வளம் (Ocean Productivity) ஆய்வு மையத்தின் விஞ்ஞானி மைக்கேல் ஜே பேரன்பெல்டு (Michael J Behrenfeld) கூறுகிறார்.

கடல்களில் நுண் பிளாஸ்டிக்குகளின் எண்ணிக்கை அதிகரித்து வருவது மற்ற எந்த ஒரு பொருளையும் போல ஒளியைச் சிதறடிக்கச் செய்யும். இது போன்ற பல காரணங்களால் இந்த மாற்றங்கள் ஏற்படலாம். இது பற்றி மேலும் தெளிவாக புரிந்து கொள்ளப்படும்போது கடலில் நிகழும் சூழலியல், உயிரி புவி வேதியியல் மாற்றங்கள் ஏற்படுத்தும் தாக்கங்கள் பற்றி நம்மால் புரிந்து கொள்ள முடியும் என்று ஆய்வாளர்கள் நம்புகின்றனர்.

நாசாவின் புதிய செயற்கைக்கோள் - நாசா ஜனவரி 2024ல் பேஸ் (PACE - Plankton, Aerosol, Cloud, Ocean Ecosystem) என்று பெயரிடப்பட்டுள்ள அதி நவீன செயற்கைக்கோளை செலுத்துகிறது. இந்த அதிநவீன செயற்கைக்கோள் இப்போது ஆராயப்பட்டுள்ள ஒரு சில நிறங்களைத் தவிர கடல்களில் உள்ள நூற்றுக்கணக்கான நிறங்களையும் ஆராயும் திறன் பெற்றது. இதன் மூலம் கடற்சூழலில் உண்மையில் என்ன நடக்கிறது என்பதை நம்மால் தெளிவாக அனுமானிக்க முடியும் என்று விஞ்ஞானிகள் கருதுகின்றனர். இது கடற்சூழலை நாம் முழுமையாகப் புரிந்துகொள்ள உதவும் மிகப்பெரிய திருப்புமுனையாக அமையும் என்று நம்பப்படுகிறது.

12. நிறங்கள் - தூயவன்

இந்த மனம் இருக்கிறதே, இது ஒரு விசித்திரமான பிராணி. இதன் செயல்கள் பகுத்தறிவுக்குட்படாதவை. காரணமற்ற பல உணர்வுகளை கிளறிவிட்டு, அந்த உணர்வுக்கு மனிதனைப்

பலியாக்கி, அவனைப் பம்பரமாய் ஆட்டுவிக்கும் ஆற்ற-லும் இதற்குண்டு. 'நம்முடைய இந்த செயல் பைத்தியக்கா-ரத்தனமானதுதான்' என்று அவனால் உணர முடிந்தாலும்-கூட, அதன் இயக்கத்திலிருந்து மீள்கிற சக்தியை இழந்து, ஏதோ வகையில் பலவீனனாகி நிற்கிறான். அத்தகையதொரு பலவீனம் என்னையும் ஆட்கொண்டிருப்பதை வெட்கத்துடன் நானும் ஒப்புக்கொள்ள வேண்டியிருக்கிறது. அன்பு இருக்க வேண்டியதுதான்; அதன் ஆழம் அதிகமாகும்போது, வாழ்க்-கையின் அடிப்படையே பாதிக்கப்பட்டு விடுகிறதே?

ஊரையெல்லாம் சுற்றித் திரிந்துவிட்டு வீடு திரும்பிய நான், அளவுக்கு மீறிய ஆயாசம் உடலை அழுத்தவே, வெளி வராந்தாவில் கிடந்த சாய்வு நாற்காலியில் சோர்வு-டன் விழுந்தேன். உள்ளே போக மனமில்லை, எப்படியி-ருக்கும்? கடந்த மூன்று மாத காலத்தில் வீடே நரகமாகி-விட்ட பிறகு, அலுப்புக்கும் சலிப்புக்கும் அதே வீட்டையே அடைக்கலம் தேட முடியுமா? என்னவோ, வயிற்றுப் பசி என்கிற உணர்வு கிளர்ந்து, கால்களை வீட்டை நோக்-கித் திருப்பி விட்டுவிடுகிறது. இல்லாவிட்டால்,கால் போன போக்குத்தான்...

ஏதோ சமையலறைச் சாமானை எடுப்பதற்காக உள்கட்-டுக்கு வந்த அம்மா என்னைக் கவனித்துவிட்டாள் போலி-ருக்கிறது. பரபரப்புடன் என்னை அணுகி வந்து, "ஏண்டா ரவி, வந்தவன் நேராக உள்ளே வருவதில்லையோ? என்ன-வோப்பா, உன் போக்கோ கொஞ்ச நாளாய் எனக்குப் பிடி-படவில்லை" என்றாள் சலிப்புடன். மூடிய கண்களை நான் திறக்கவில்லை.

'சொல்ல மறந்துவிட்டேனே, உன் மைத்துனி சரளா வந்-திருக்கிறாள் ஊரிலிருந்து. என்ன விழிக்கிறாய்? கோடைக்-கானலில் படித்துக் கொண்டிருந்தாளே, மைதியின் தங்கை? அவளேதான். அவளைப் பார்க்க வேண்டுமென்று நீகூட அடிக்கடி சொல்லுவாயே?"

'மைதிலி' என்ற அந்த ஒரு சொல்லுக்காக நான் விழி-களை ஒருமுறை திறந்து மூடிக்கொண்டேன். "உம், உம்" என்ற முனகலுடன் மீண்டும் மௌன விரதம் பூண்டுவிட்-டேன். என்ன நினைத்தாளோ அம்மா, பேசாமல் போய்-விட்டாள். என் மனம் மட்டும் 'மைதிலி,மைதிலி' என்று ஜபித்தது. நெஞ்சின் அடி ஆழத்திலிருந்து பெருமூச்சொன்று பீறிட, விழிகள் பனித்தன. தன்னுடைய ஒரு வருட கால வாசத்தால், பிறந்து நான் இருபத்தைந்து வருட காலம் வாழ்ந்து வளர்ந்த இந்த வீட்டையே தன் பிரிவால் வெறுக்கச் செய்துவிட்ட அந்த அன்பு மனைவியின் நினைவு வரும்-போதெல்லாம், என்னால் செய்ய முடிந்தது இந்தப் பெருமூச்-சும், இரு சொட்டுக் கண்ணீரும்தான். அந்த ஈடற்ற இழப்-புக்குத் தற்காலிக ஈடு செய்வதெல்லாம் இவைதான்.

'பிரிவு கொடிது' என்று இரண்டே சொற்களில் கூறிவிட-லாம். அனுபவித்துப் பார்க்கும்போது அது எத்தனை கொடிது என்பதை உணர முடியும். வாய்க்கு ருசியாக, வயிற்றுக்கு நிறைவாக உணவருந்தி நாட்களாகிவிட்டன. எனது அன்-றாடக் கடன்களை வேண்டா வெறுப்புடன் நான் கவனிக்க வேண்டியிருக்கிறது. எதிலுமே ஒரு பிடிப்பில்லை, விருப்-பமில்லை. எல்லாவற்றிலுமே ஒரு விரக்தி. இந்தப் பரந்த உலகத்தில் நான் மட்டும், அநாதையாகத் தனித்துவிட்டாற்-போல் ஒரு பிரமை. என்னுடைய இந்த வேதனைகளை-யெல்லாம் சற்றும் உணராத அம்மா, என் வாழ்வில் மறும-லர்ச்சியூட்டச் செய்கிற பிரயத்தனங்கள் எத்தனையோ...!

அது தாய்மையின் அன்பு. தடுப்பதற்கு யாருக்குத்தான் உரிமையிருக்கிறது?

"ரவி, இலை போட்டாயிற்று, சாப்பிட வா" என்று அம்மா குரல் கொடுத்தாள். நான் எழுந்தேன். உடலின் எந்த உணர்வை வேண்டுமானாலும் கொஞ்ச காலத்துக்குக் கட்டுப்படுத்தி வைக்கலாமென்றாலும், இந்தப் பசி என்கிற உணர்வுக்கு வேளைக்கு உணவு தராவிட்டால் மனிதனை எப்படி ஆட்டிப் படைத்துவிடுகிறது அது!

இலையின் முன் அமர்ந்தும்கூட, நான் நிமிர்ந்து பார்க்கவில்லை. மூன்று மாதங்களுக்கு முன் நான் எடுத்துக் கொண்ட வைராக்கியத்தின் செயலாக்கும் இது...!

“ரவிக்குச் சாதம் போடம்மா” என்று அம்மா யாருக்கோ கட்டளையிட்டாள். மல்லிகை மொட்டுக்கள் மாதிரி சாதம் இலையில் சரிந்தது. இலையின் நரம்புகளை வெறித்தபடி நிலைகுத்தாய் நின்ற என் விழிகள், ஏனோ கட்டு மீறி மேற்புறம் நகர்ந்தன. துணுக்கென்றது! இது யார்? இந்தக் கமலப்பாதங்கள் யாருடையவை? அழகுக்காக இடப்பட்ட அந்த மருதோன்றிச் செம்மை யாருடைய பாதங்களுக்கு இத்தனை அபரிமித அழகையூட்டுகின்றன? அந்த மெட்டிகள் யாருடைய கால் விரல்களை இத்தனை எழிலோடு அலங்கரிக்கின்றன...?

“இன்னும் கொஞ்சம் சாதம் போடவா?” —— ஆலயத்தில் ஒலிக்கிற மணியின் இனிமையை எல்லாம் தேக்கிக் கொண்டு உதிர்ந்த அந்தச் சொல் வன்மை. என் மைதிலியைத் தவிர இன்னொருத்திக்கா உண்டு?

நான் நிமிர்ந்தேன் —— எனது வைராக்கியத்தைத் தகர்த்துக் கொண்டு, கருங்குழற் பின்னல் கையிலிருந்த பாத்திரத்தை உராய்ந்து நெளிந்து தொங்க, அவள் குனிந்து நின்ற விதமும், பாத்திரத்தை ஏந்தி நின்ற பாவமும்...அவள்தான்! அவளேதான்..!

என் பகுத்தறியும் ஆற்றலே ஸ்தம்பித்து, உணர்வுகளை ஒரு மயக்கத்தில் கிறக்கி, சிலையாய் வீற்றிருந்தேன்.

“போடவா என்கிற கேள்வி வேறா? போடு சரளா...அவன் வயிறாரச் சாப்பிட்டு வருஷக் கணக்காகிறது..” என்ற அம்மாவின் சொற்களைத் தொடர்ந்து, இலையில் மளமளவெனச் சரிந்த சோற்றுப் பருக்கைகளை வெறித்தேன் நான். ‘சரளா’ என்ற அந்த அழைப்பு என்னை ஓர் உலுக்கு உலுக்கித் தன் நினைவு பெறச் செய்தது. அப்படியானால் என் மைதிலி இல்லை இவள்!

“ஏண்டா ரவி, ஏன் அப்படி உட்கார்ந்திருக்கே?” என்று கேட்டாள் அம்மா.

நான் பதில் சொல்லவில்லை. பதில் சொல்லக் கூடிய மனநிலையும் எனக்கில்லை. எங்கோ ஆகாயத்தில் —— இல்லை அதற்கும் அப்பால் —— சஞ்சரித்து நிற்கிற உணர்வு. அந்தச் சூனிய வெளியின் வெறுமையில் மரத்து-விட்ட மனநிலை.

“இவ்வளவையும் எப்படிச் சாப்பிடுவது என்ற பிரமிப்போ என்னவோ, மீண்டும் அந்த இனிமையின் ரீங்கரிப்பு. “ஒன்-றுமில்லை, ஏதோ யோசனை..” என்று முனகிவிட்டு இலை-யைக் கவனித்த நான், சற்றே திடுக்கிட்டுப் போனேன். “அடடே, என்ன இது!”

பளிங்குத் தட்டில் சோழிகளை உருட்டிவிட்டாற்போல் ஒரு சிரிப்பொலி. நான் நிமிர்ந்தேன். தோற்றத்தில் என் மைதி-லியை உரித்துக் கொண்டு என் எதிரே நின்றவளின் வதன விளிம்பில் புன்னகையின் பொறக்கீற்று. போதையூட்டும் அந்த நீள் விழிகளில் குறும்பு. மணிப்புறா சிறகடிக்கிற மாதிரி, இமைகளின் படபடப்பு. இதெல்லாம் அவளுக்கு மட்டும்தான் சொந்தம் என்று இருமாந்திருந்த என் பெருமிதத்தின் உருத்-தெரியாச் சிதறல். விழுங்கி விடுவது போன்ற என் பார்வை மற்றவளின் கன்னக் கதுப்புகளில் செம்மையைத் தூவி, தலையைத் தரையில் கவிழச் செய்தது.

”பரவாயில்லை, சாப்பிடு ரவி” என்றாள் அம்மா. நான் சாதத்தைப் பிசைந்தேன். மனத்தினுள் எத்தகையை உணர்ச்-சிகளின் இழையோட்டம் என்பதை என்னாலேயே கணிக்க முடியவில்லை. என் கட்புலனில் எனக்கே அவநம்பிக்கை. ஒரு வயிற்றில் பிறந்த தோஷம் உருவத்திலுமா இப்படி ஓர் அதிசய ஒற்றுமையை ஏற்படுத்தும்? நம்ப முடியாத மன நிலையோடு சாதத்தை விழுங்கினேன்.

”அடடே, வெறும் சாதத்தை இப்படி விக்க விக்கத் தின்-கிறாயே? சரளா, சாம்பார் போடவில்லை?” என்று அம்மா கடிந்து கொண்ட போதுதான் இலையைக் கவனித்தேன்.

அசடு வழிந்தது மனத்தினுள்.

இலையில் சாம்பார் ஓடிற்று. என் விழிகள் செம்பஞ்சுக் குழம்பு வரியிட்டிருந்த அந்தப் பங்கஜ பாதங்களையே கவ்வி நின்றது. நான் கையுயர்த்திப் "போதும்" என்ற பிறகுதான் அந்த இளம் வாழைக் குருத்து மேனி என்னை விட்டு நகர்ந்தது. கால்களின் ஒவ்வோர் அடியும் தரையில் பதிந்து எழுகிறபோது ஏற்படுகிற அந்த மெட்டியின் ஓசை, பல மாதங்களைப் பின்னோக்கி, என்னை இழுத்துச் சென்று மைதிலியின் கையால் உணவருந்தும் உணர்வையே என்னுள் ஏற்படுத்திற்று. அவளைப் போலத்தான் எல்லாம். அந்தக் குறும்பு, அந்தப் புன்னகை, அதே தோற்றம். என் நெஞ்சி-னுள் நிழலாய் நடமாடுகிற அவளுக்கு உயிர்ப்புக் கொடுத்துக் காண்கிற பிரமை தட்டினாலும், அவளில்லையே, இவள்! அவளாகவும் இருக்க முடியாதே!

சீக்கிரம் எழுந்து கையலம்பிவிட்டேன்.

*

இருள் திரண்டு கொண்டு வந்த முன்னிரவு நேரம். வெளிறிக் கிடந்த வானில் ஒளித்துண்டுகள். சந்தடிகள் ஓய்ந்து அமைதி சூழ்ந்து வரும் சூழல் — ஆனால் என்-னுள் அமைதியின் சுவடுகூட அற்றுப் போய்க் குழப்பத்தின் பூரணத்துவ ஆதிக்கம்தான். மொட்டை மாடியின் தனிமை என் சஞ்சலத்தைத் தணித்துவிடுமா என்ன?

கடந்த மூன்று மாத காலமாய் துளித்துளியாய் நான் சேர்த்து வைத்த நிம்மதி, இன்று இருந்த இடம்கூடத் தெரி-யாமலாகிவிட்டது. வேதனையைக் கிளறும் நினைவுகளுக்குக் குழி தோண்டிப் புதைத்துவிட்டு, அமைதியாக வாழ முயன்று கொண்டிருந்த என்னை, மீண்டும் துயரப் பெருந்தீயில் தள்ளி வேடிக்கை பார்க்கும் விதியை நொந்து கொள்வதைத் தவிர வேறு வழி?

"சாப்பிட வா ரவி". அம்மாவிடமிருந்து இரவுச் சாப்பாட்-டுக்கான அழைப்பு. வேளை வந்ததும் சாப்பாடு, தூக்கம், விழிப்பு. இந்த உடலுக்கு ஒரு வரைமுறை வகுத்திருக்கும்

கடவுள், இந்த உள்ளத்துக்கும் ஒரு முறை வகுத்திருக்கக் கூடாதா? இரவென்றும் தெரியாமல், பகலென்றும் புரியாமல், துயரம், வேதனை, குழப்பம் —— ச்சே, ச்சே! என்ன வாழ்க்கையோ, இயந்திர வாழ்க்கை!

நான் படியிறங்கி வந்தேன். எத்தனையோ இரவுகளைப் போல் இந்த இரவையும் பட்டினியாகக் கழித்துவிட முடியும் என்னால். ஏனோ, சாப்பிட வேண்டும் என்ற, என்றைக்கும் இல்லாத ஆவல். 'ஏனிந்த காரணமற்ற துடிப்பு?' என்று அலசிப் பார்த்தேன். சரளாவின் முகம்தான் கண்ணில் நின்றது. நான் மைதிலிக்குத் துரோகம் செய்கிறேனோ என்று ஒரு அச்ச உணர்வு. தோற்றத்தால் சரளா மைதிலியை ஒத்திருப்பதால், அவளைப் பார்க்கும்போது உனக்கு ஓர் ஆறுதல் என்ற உள் மனத்தின் சமாதானம். என்னை நானே ஏமாற்றிக் கொள்வதை நானே உணர்ந்தும்கூட, சரளாவிடம் நான் காண விரும்புவது மைதிலியின் தோற்றத்தைத்தானே என்ற வகையில் ஒரு தேறுதல்.

எனக்கு உணவில் நாட்டமில்லை. நாவில் சுவை படாமல் கவளங்களை விழுங்கினேன். சுவைத்து, ரசித்து, சிரித்து உல்லாசமாய்ச் சாப்பிட்ட நாட்கள் நினைவாற்றலுக்கு அப்பாற்படாதவைதான். ஸ்பரிச உணர்வின் வெம்மை மிகுந்த இன்பத்தை இரண்டு மேனிகளும் ஒன்றுக்கொன்று ஈந்து மகிழ, மகிழ்ச்சியின் எல்லையில் நின்று, குதூகலித்த நாட்களைத் திரும்பவும் நினைவூட்டுகிற நிகழ்ச்சி ஒவ்வொரு வேளை உணவின்போதும் நிகழும்!

"மோர் விடட்டுமா?" அடடா, குரலில்கூட என்ன ஒற்றுமை!

வெண்ணெய் திரண்டு நின்ற மோர் எனக்குச் சுவைக்கவில்லை. ஊற்றிய கரங்களின் அழகை மனம் சுவைத்தது. என் மைதிலி மட்டும் இருந்தால் எனக்கு எல்லாமே சுவைக்குமே.

"ஏண்டா ரவி, ஏன் ஒரு மாதிரி இருக்கே?" என்று கவலையுடன் வினவினாள் அம்மா.

“ஒன்றுமில்லையே” என்ற நான் சிரிக்க முயன்றேன். அந்தச் சிரிப்பு என் முகத்தில் தவழ்கிறபோது, பாலை வனத்தில் பசுமை பொசுங்குகிற மாதிரி மாறுவதை என்னாலேயே உணர முடிந்தது. என் உணர்ச்சிகளின் உயிரோட்டமே ஒடுங்கிவிட்ட மாதிரி. பிறகு எதில்தான் ஜீவனிருக்கும்?

நான் கையலம்பிவிட்டு வந்தபோது தாம்பூலம் காத்திருந்தது. சுண்ணாம்பு தடவிய இரு தளிர் வெற்றிலைகளில் வாசனைப் பாக்கை வைத்து வட்டமாகச் சுருட்டி, பிரித்துவிட்டமலிருக்க, லவங்கத்தையும் செருகிக் கவர்ச்சியான தோற்றத்தில் என்னிடம் நீட்டடப்பட்ட அந்தத் தாம்பூலச் சுருள்கூட அவள் சுருட்டுவதைப் போலவே•••ஆனால், அதன் மீது தூவப்பட்டிருக்கும் தேங்காய்ப் பூவின் நிறம்•••?

வெள்ளை! —— என் மைதிலிக்குப் பிடிக்காத அந்த வெண்ணிறம் என் வெறுப்புக்கும் உரியதுதான். அதில் அவள் தூவுவது சிவப்பு நிறத் தேங்காய்ப்பூதான். அவளுக்குப் பிடித்தமான அந்த நிறம்தான் எனக்கும் பிடித்தது. நான் விதியின் வன்மத்தால் ஏமாற்றப் பட்டுவிட்ட பிறகு, என்னைப் போலவே அந்தச் சிவப்பு நிறமும் நிர்க்கதியாகி விட்ட பிரமைதான் ஏற்பட்டது. அதை நான் அனுதாபத்துடன் பார்ப்பதுண்டு.

நான் தாம்பூலத்தை வாங்கி, தேங்காய்ப்பூவைத் தரையில் கொட்டிவிட்டு, வாயில் போட்டுக் கொண்டேன். நீட்டியவளின் உணர்ச்சி எத்தகையது என்பதை அடுத்த கணமே நான் உணர நேர்ந்தது.

தரையில் கிடந்த தேங்காய்ப் பூவைக் கையிலெடுத்துக் கொண்டு அவள் நிமிர்ந்தபோது, நான் வியப்புடன் பார்த்தேன். அது “ஏன்?” என்ற கேள்வியை என் சார்பில் கேட்டதோ என்னவோ.

“எனக்கு வெள்ளை நிறம் என்றாலே உயிர். எங்கள் காலேஜில்கூட வெண்மை நிறம்தான் யூனிபார்ம்”.

பொறி கலங்கிய உணர்வு என்னுடையது. நான் ஏறிட்டுப் பார்த்தேன். இந்த முழு நாளைய சந்திப்பில் முதல் முறை-

யாக அவளை உச்சி முதல் உள்ளங்கால் வரை கூர்ந்து நோக்கினேன். மனம் வெறுப்பில் சுருங்கிச் சாம்பிற்று. தலையில் வெள்ளை வெளேரென்ற மல்லிகைச் சரம். கழுத்தில் வெண்ணிற முத்துமாலை. உடம்பில் வெண்ணிறப் பட்டு ரவிக்கையும் புடவையும். அவளே வெள்ளை வெளேரென்றுதான் இருந்தாள். நான் அவளுடைய வெண்ணிறக் கோலத்தைப் புதுமையாகத்தான் நோக்கினேன். ஆனால் அவளுடைய வதனம்•••

அடுக்களை வேலைகளை முடித்துக் கொண்டு உள்ளே வந்த அம்மா, என்னை நோக்கி மெல்லப் புன்னகைத்தாள். அதில் எந்த அம்சம் பொதிந்து கிடக்கிறது என்பதை என்னால் ஊகிக்க முடியவில்லை.

“கொஞ்சம் மொட்டை மாடிப்பக்கம் வருகிறாயா ரவி?” என்று கேட்டாள் அம்மா. நான் மௌனமாகப் பின்படி ஏறினேன். கைப்பிடிச் சுவரோரமாக நின்று கொண்டு நிர்மலமான வானத்தை அண்ணாந்து பார்த்துக் கொண்டு நின்றேன். எனக்கு நானே ஒரு புதிராய்த்தான் தோன்றினேன். மைதிலிக்குப் பிறகு நான் எடுத்துக் கொண்ட உறுதிப்பாடுகளில் எத்தனையோ இன்று தகர்ந்துவிட்டன. எந்தப் பெண்ணையும் உணர்ச்சியுடன் பார்ப்பதில்லை என்ற என் வைராக்கியமும் இன்று துகள் துகளாகிவிட்டது. நான் எனக்கே சொல்லிக் கொள்ளலாம் ஆயிரம் சமாதானம். மைதிலியைப் போலவே இந்த சரளாவும் இருக்கிறாள் என்பது உண்மைதான். ஆனால் அவளல்லவே இவள்?

”சரளாவை ஒரு இரண்டு நாளைக்கு இங்கே இருக்கட்டுமென்று அவள் அப்பாதான் காலையில் கொண்டு வந்து விட்டுவிட்டுப் போனார். அச்சு உரித்த மாதிரி அப்படியே மைதிலிதான். குணத்தில் தங்கம்தான் போ•••வேலை வெட்டிகளில் பம்பரமாய்ச் சுழலுகிறாள். படிப்புகூட முடிந்துவிட்டதாம்..”

நான் மௌனமாக நின்றேன்.

“அவளுக்கு ஒரு கல்யாணத்தைச் செய்துவிட வேண்டுமென்று அவள் அப்பா துடிக்கிறார். உன் மாமிக்கும் ஆசைதான். நல்ல வரனாகப் பார்த்துக் கொண்டிருக்கிறார்களாம். நடந்ததையே நினைத்துக் கொண்டிருந்தால் பித்துப் பிடித்த மனிதன் மாதிரிதான் இருக்கும். மனசை வேறெதிலாவது திருப்பினால் எல்லாம் சரியாகிவிடும். சரளாவை எனக்கு ரொம்பவும் பிடித்திருக்கிறது...”

நான் நிமிர்ந்து பார்த்தேன். அம்மாவின் முகத்தில் எத்தகைய உணர்ச்சிகளின் நர்த்தனம் என்பதை என்னாலேயே அந்த அரை இருட்டில் கணித்து விட முடியவில்லை. ஒன்று மட்டும் தெளிவாகப் புரிந்தது. சரளாவை என்னோடு நெருக்கமாகப் பழகுவதற்காக அம்மா ஏற்படுத்தும் சந்தர்ப்பங்கள்தான் என் சலன உணர்ச்சிக்குக் காரணம். அந்த சந்தர்ப்பங்களை விளைவிப்பதில் அம்மாவுக்குத் துணையாக சரளாவின் பெற்றோரும் ஈடுபட்டிருக்கிறார்கள்.

அதிலும் நியாயம் இல்லாமலில்லை. என்னுடைய அடக்கமான சுபாவத்தையும், சரளமான பழக்க வழக்கங்களையும், மைதிலியின் மீது நான் கொண்டிருந்த ஆழ்ந்த அன்பையும் நன்றாக உணர்ந்திருந்த அவர்களுக்கு இழப்பின் துயரத்தால் விரக்திக் கோலம் பூண்டுவிட்ட என் மீது ஒரு கழிவிரக்கம் தோன்றி, என் எதிர்கால வாழ்வில் அக்கறை பிறந்து, அந்தக் காரியத்தைச் செய்ய வேண்டியதும் நாம்தான் என்ற கடமையுணர்ச்சியை ஏற்படுத்தியிருப்பதில் வியப்பில்லைதான். அதை ஏற்க வேண்டியதும் பண்புதான்...ஆனால்...

நோக்கத்தைப் புரிய வைத்துவிட்ட நிறைவுடன் படியிறங்கிக் கொண்டிருந்தாள் அம்மா.

அன்று ―

ஊரையெல்லாம் சுற்றி அலைந்து விட்டு வீடு திரும்பினேன். இரவு ஏழு மணிக்கு மேல், அம்மாவும் சரளாவும் அடுக்களையில் ஏதோ வேலையாக இருந்தனர். எனக்கிருந்த அலுப்பிலும், சலிப்பிலும் சட்டையைகூடக் கழற்றத் தோன்றாமல் படுக்கையில் விழுந்தேன். என்னுள் பலவா-

றான எண்ண அலைகள் அசுரத்தனமாய் எழுந்து இதயக் கரையை மோதிக்கரைத்தன. குழப்பம்! எல்லாமே ஒரே குழப்பம்! இத்தனை நாளும் நான் இப்படிக் குழம்பியதே இல்லை. மைதிலி ஒருத்தியின் நினைவே, நெஞ்சினுள் தெளிந்த நீரருவியாய் அதில் மிதக்கிற ஓடத்தைப் போல எந்தச் சலனத்தையும் ஏற்படுத்தாமல் இருந்தது. இப்போது அவளைப் போலவே ஒருத்தி குறுக்கிட்டு மனத்தின் குழப்பத்துக்கே காரணமாகிவிட்டாளே?

நான் மைதிலிக்கு துரோகம் செய்கிறேனா?

இல்லை, அவள் இருந்தாள் இப்படியெல்லாம் நினைக்கவே மாட்டாள். அவள் அன்பு, தியாகம், தூய்மை ஆகியவற்றின் அழகுருவம். இல்லாவிட்டால், தன் இறுதி மூச்சு வெளிப்படும்வரை, “உங்கள் வாழ்க்கை மலர வேண்டும், அந்த மலர்ச்சியில் என் நினைவு மணமாக வீசிக்கொண்டே இருக்க வேண்டும்” என்று கூறிக்கொண்டே இருந்திருப்பாளா..?

சிவப்பு நிறத்தை விரும்புபவர்கள் வெறிக்குணமுடையவர்களாக இருப்பார்கள் என்பது மனோதத்துவமாம். நான் நம்பவில்லை. என் மைதிலியின் மனம் பஞ்சைவிட மென்மையானது. பழத்தைவிடக் கனிவானது. ஆனாலும் அவளுக்கு இப்படியொரு வெறி. நான் அவளை மறக்கவே கூடாதென்று. அவள் அப்படி எண்ணாவிட்டாலும், நான்தான் அவளை மறக்க முடியுமா?

மைதிலிக்கும் சரளாவுக்கும் இடையே பிரமாதமான வித்தியாசங்கள் எதுவும் இல்லைதான். குணாதிசயங்களிலும் சில மாறுதல்களைத் தவிர, அவளை இவளில் காண முடிந்தது என்னால். சரளாவை நான் ஏற்றுக்கொள்ளும் விஷயத்தில் அவளின் பெற்றோர் காட்டும் ஆர்வத்தையும் என்னால் புரிந்து கொள்ள முடிந்தது. இல்லாவிட்டால், வயது வந்த ஒரு பெண்ணை — ஆயிரம்தான் யோக்கியனாக இருந்தாலும் மருமகன் என்ற ஒரே முறைக்காக இத்தனை சகஜமாகப் பழகுவதை அனுமதிப்பாரா?

எனக்கே வியப்பாயிருந்தது. பணமும் அழகும் ஒருங்கே நிரம்பிய பெண்களின் புகைப்படங்களை எல்லாம் அம்மா கொண்டு வந்து வைத்துக்கொண்டு, 'நிமிர்ந்து ஒரு நிமிஷம் பாரடா' என்று கெஞ்சலாய்க் கெஞ்சியபோதெல்லாம் விசு-வாமித்திரர் மாதிரி கையுயர்த்தி மறுத்த நான், இரண்டொரு நாளைய பழக்கத்தால் எப்படி இளகி — எப்படிக் குழம்பி நின்றேன்? மைதிலியைப் போலத் தோற்றமளிக்கும் சரளா என் சலனத்துக்குக் காரணமாக, அடிப்படையாக அமைந்தது எது? மைதிலியின் மீது உள்ள அளப்பரிய அன்பா? அல்லது சரளாவின் மீது எழுந்த தீடீர் மோகமா?

எனக்கு அமைதியே இல்லை. படுக்கையை விட்டு எழுந்து அறையில் முன்னும் பின்னும் உலாவத் தொடங்-கினேன். நேற்று காலையில் நிகழ்ந்த சம்பவம் நெஞ்சினுள் நிழலாடிற்று.

குளிப்பதற்கு வெந்நீர் விளாவி வைத்துவிட்டுக் குரல் கொடுத்தாள் அம்மா. சோப்புப் பெட்டி, பற்பசை, துவாலை சகிதம் கொல்லைப் புறம் சென்ற நான், சொம்பைத் தேடுகிற சாக்கில் அடுக்களையில் சற்றே நின்றேன். சொம்பு எங்கே என்று கேட்டேன்.

'கூப்பிட்டீங்களா?" என்று வினவியபடி எனக்கு எதிரே வந்து நின்றாள் சரளா.

சரளாவின் அன்றைய அலங்காரங்கள் அமர்க்களமாயி-ருந்தன. அவை எனக்காகத்தான் என்கிற மாதிரி நாணி நின்றாள் அவள். ஆனால், உச்சந்தலையில் இருந்து உள்-ளங்கால் வரை எனக்குச் சிறிதும் பிடிக்காத வெண்ணிறக் கோலம். 'உங்கள் மைதிலி விரும்பாத வெள்ளை நிறம் எனக்கு எத்தனை அழகையூட்டுகிறது, பார்த்தீர்களா?' என்று என்னைச் சாடுவது போலிருந்தது அது.

"இதென்ன ஒரே வெண்ணிற மயம்?" என்று என்னையும் மீறி வெடித்துவிட்டேன் நான்.

"தூய்மையின் அடையாளமல்லவா வெண்ணிறம்?" என்று கேட்டுப் புன்னகைத்தாள் அவள்.

''தூய்மை உள்ளத்தில் இருக்க வேண்டும். உடையிலல்ல'' என்றேன் நான் காரமாக.

"நடை, உடை, பாவனைகளிலெல்லாம்கூட உள்ளத்தின் உண்மையான உணர்வுகள் பிரதிபலிக்கிறது என்பதுதான் சைகாலஜி''. தயக்கமற்ற பதிலடி. கல்லூரி மாணவியல்லவா?

"வெண்மை, பெண்களைப் பொறுத்தவரை அமங்கலப் பொருள்''.

"சூழ் நிலையைப் பொறுத்து அந்த அர்த்தம் மாறுபடலாம். நான் அணிந்திருக்கும் உடை எதைக் குறிக்கிறது, உங்கள் கண்ணோட்டத்தில்?'' என்று அவள் திருப்பிக் கேட்டபோது, நான் மௌனமாகிப் போனேன்.

சரளாவை என் திருமணத்தின்போது நான் சந்தித்திருந்தால்கூட, இத்தனை குழப்பத்துக்கும், இடமில்லாது போயிருக்கும். 'பரீட்சை சமயம் , வரமுடியாது' என்று தந்தி கொடுத்துவிட்டாளாம். பிறகு தமக்கையின் இறுதிச் சடங்கின்போது வந்திருந்ததாகக் கேள்விப் பட்டேன். எனக்கு, அப்போதிருந்த மனநிலையில், அவளைப் பார்க்கவே தோன்றவில்லை. மீண்டும் இப்போது வந்திருக்கிறாள், என்னைத் தீராக் குழப்பத்தில் ஆழ்த்த.

சொம்பைக் கையிலெடுத்துக் கொண்டு நான் பின்புறம் சென்றபோதும்கூட, என் மனம் ஒரு நிலையிலில்லை. சரளா உருவத்தால் என் மைதிலிதான். ஆனால் உணர்ச்சிகளால் எனக்குப் பிடிக்காத எவளோவாக இருக்கும்போது, எப்படி இணைய முடியும் எங்களால்? எந்த வெண்ணிறம் என் மைதிலிக்குப் பிடிக்காதோ, அதே வெண்ணிற ஆடைக்குள் சரளா என்னெதிரே நிற்கும்போது, மைதிலியே தான் விரும்பாத விதத்தில் என் முன் நிற்பது போல் பிரமை தட்டுகிறது. அப்படியிருக்கும்போது, என் மைதிலியின் நினைவைச் சரளாவால் எப்படி நிலை நிறுத்த முடியும்?

மைதிலியும் சிவப்பு நிறமும் எத்தனை அந்நியோன்னியம் என்பதை விளக்கிக் கூறுவது அத்தனை சாத்தியமல்ல. தன் வளைகாப்பு விழாவின்போதுகூட அவள் ஓர் 'அபாய

அடையாள'மாகத்தான் காட்சியளித்தாள். இரட்டைப் பின்னலை சிவப்பு ரிப்பன்களால் அலங்கரிக்க, பின்னலுக்கொன்றாக இரண்டு சிவப்பு ரோஜா மலர்களைச் செருகியிருந்தாள். வெள்ளை இழைகள் சேர்ந்த சிவப்புத் துணியில் ரவிக்கை அணிந்து, இளஞ்சிவப்பு நைலக்ஸ் புடவை உடுத்தியிருந்தாள். காலில் சிவப்பு வார்ப்பட்டைகள் உள்ள சூபர்ஸாப்ட் ஜப்பான் சப்பல்! போதாக்குறைக்கு, சிவப்புக் கல் பதித்த நெக்லஸ் வேறு.

அன்றிரவு படுக்கையறையில் தனித்திருக்கும்போது, கலகலவெனச் சிரித்துவிட்டுச் சொன்னேன் —— "உன்னைத் தொடவே பயமாயிருக்கிறது மைதிலி".

அவளுக்குப் புரியவில்லை. "ஏன் அப்படி?" என்று கேட்டாள். திகைப்புடன்.

"உன் உடையலங்காரங்களை நீயே உற்றுப் பார்" என்றேன். தன்னைத் தானே ஒரு முறை பார்த்துக் கொண்ட அவள், "எனக்கு சிவப்பு நிறம் என்றாலே பித்தாக இருக்கிறது" என்றாள் மென்முறுவல் பூத்து.

நான் அவளை ஆதுரமாக அணைத்துக்கொண்டேன். "சிவந்த உடலுக்கு சிவப்பு நிற உடை பொருந்தாது என்பார்களே, அவர்கள் உன்னைப் பார்த்தால் தலை குனிவார்கள், போ" என்ற நான், "அது சரி, இன்னும் மூன்று மாதத்தில் உனக்கொரு பையன் பிறப்பானே, அவன் கறுப்பாகப் பிறந்துவிட்டால் என்ன செய்வாய்?" என்று சீண்டிவிட்டேன்.

"கறுப்பாகப் பிறந்தாலும், வெள்ளையாகப் பிறக்காவிட்டால் சரி, வெள்ளை என்னைப் பொறுத்தவரையில் துரதிருஷ்டமானது. இரண்டு மாதிரியாகவும் பிறந்துவிடக் கூடாது என்பதற்காக இதுவரை மூன்று சேர் குங்குமப் பூ தின்றிருக்கிறேனாக்கும்" என்றாள் மைதிலி. நான் சிரித்துவிட்டேன். அப்படியெல்லாம் மகிழ்ந்திருந்த பிறகு, அவள் விரும்பாத ஒன்றை ஏற்பது முறைதானா?

மறுநாள் சரளாவின் தந்தை வந்திருந்தார். அவர் என்னோடு பேசிய முறையும், முக பாவமும் அவர் என் மீது

கொண்டிருந்த ஆழ்ந்த அனுதாபத்தை எனக்குத் தெளிவு படுத்தின.

“மாப்பிள்ளை! நாளைக்கு மறுநாள் சரளாவின் பிறந்த நாள். அவளை அழைத்துக் கொண்டு போகலாமென்று வந்தேன். நீங்கள் நாளைக்கே வீட்டுக்கு வந்துவிட வேண்டும்..” என்றவர், “மறுபடியும் நீங்கள் அங்கே வந்துவிட வேண்டும் என்பதுதான் எல்லோரது ஆசையும்” என்றார்.

”ஆகட்டும்” என்றேன் நான். சரளா என்னிடம் விடை பெறும்போது, “அவசியம் நீங்கள் வந்துவிட வேண்டும்” என்று வேண்டிக் கொண்டாள். நான் மெல்லத் தலையசைத்துவிட்டு, அவளை ஏறிட்டு நோக்கினேன். அந்த அழகிய வதனத்தில் ஏக்கம் செறிந்த இருவிழிகள் மிதப்பதை நான் கவனிக்கத் தவறவில்லை.

வீட்டு வாசலை விட்டு ஜட்கா வண்டி நகர்ந்த பிறகு, மீண்டும் நான் என் அறையில் அடைக்கலமானேன். அந்தக் கருவிழிகள் என் கண்களிலேயே நின்றன. இதே மாதிரி ஏக்கம் நிரம்பிய விழிகளை மைதிலியின் மரணப் படுக்கையில் சந்தித்தேன். என்னைப் பிரியப் போகிறோம் என்று தீர்மானமாக அவளுக்குத் தெரிந்துவிட்ட்தோ என்னவோ? வேதனையால் இற்றுப் போயிருந்தாள்.

’பெண்ணுக்குப் பிரசவம் என்கிற ஒவ்வொன்றும் ஒரு மரண வாசல்’ என்றான் யாரோ ஓர் அறிஞன். என்னைப் போலவே அவனும் தன் மனைவியைப் பிரசவத்தின்போது பறி கொடுத்தானோ என்னவோ? உணர்ந்து சொல்லியிருக்கிறான்.

மைதிலியை ஆஸ்பத்திரியில் சேர்த்த அன்று நள்ளிரவு வேளை, ஸ்பெஷல் வார்டினுள் அனைவரும் அயர்ந்து சுருண்டிருந்தனர். வெளிவாசலில் உறக்கமின்றிப் புரண்டு கொண்டிருந்த என்னை, ஈனஸ்வர முனகலொன்று அழைக்கவே, வாரிச் சுருட்டிக் கொண்டு எழுந்து உள்ளே ஓடினேன். பேசக்கூடத் திராணியற்று, உடலை அசைக்கக்கூட ஜீவனற்று, நிலைக்குத்தாய் நின்றுவிட்ட விழிகளால் என்-

னையே வெறித்துப் பார்த்துக் கொண்டு படுத்திருந்தாள் மைதிலி. நான் வேதனையுடன் அவளருகே அமர்ந்தேன்.

இருண்டு கிடந்த அவள் கண்களில் என்னைக் கண்டதும் ஓர் அபரிமிதமான பிரகாசம், தெளிவு.

திக்கித் திணறி, வாய் பேச, கைகள் கழுத்தை வளைத்துக் கொண்டன. “நீங்கள் இன்னொரு கல்யாணம் செய்து கொள்ளத்தான் வேண்டும். அவளும் என்னைப்போல உங்களை எல்லா வகையிலும் மகிழ்விக்க வேண்டும். அவளுடைய ஒவ்வோர் அசைவும் என்னை உங்களுக்கு நினைவூட்டிக் கொண்டே இருக்க வேண்டும். அதைக் கண்டு நானும் ஆனந்தப் படுவேன், ஆவியாக”

நான் அவள் வாயை அடக்கினேன். அடுத்த சில மணி நேரத்துக்குள் அவள் உடலின் உயிரோட்டம் அடங்கிவிட்டது.

என் மைதிலியின் வேண்டுகோளின்படி பார்க்கப் போனால், நான் சரளாவை ஏற்றுக் கொள்வதை அவள் மனப்பூர்வமாக வரவேற்பாள் என்பது திண்ணம்தான். தனக்குப் பதிலாகத் தன் தங்கையையே தன் ஸ்தானத்தில் இட்டு நிரப்புவதில் அவளைவிட மகிழ்ச்சியடைவோர் யாருமிருக்க முடியாது. ஆனால், என் மைதிலிக்குப் பிடிக்காத அந்த வெண்ணிறம்? அது அவரவர்களின் தனிப்பட்ட ரசனை என்று விட்டுவிட, மைதிலியின் வேண்டுகோளும், அவள் வேண்டுகோளை வேதவாக்காய் மதிக்கிற எனது மனநிலையும் ஒத்துக் கொள்ளாதிருக்கும் பட்சத்தில் வாழ்க்கையின் இனிமை காண்பது சாத்தியம்தானா?

யோசித்து யோசித்து இறுதியாக ஒரு முடிவுக்கு வந்தேன். இந்த முடிவுப்படி சரளா என் விருப்பத்துக்குக் கட்டுப்படுவாளேயானால் அவள் எனக்கு மனைவியாக வருவாள். இல்லையேல் புதுவாழ்வு தேவையில்லை.

சரளாவின் வீடே திருவிழாக் கோலம் பூண்டிருந்தது. அவள் தந்தை, இருக்கிற இளைய மகளின் பிறந்த நாள் விழாவைச் சிறப்பாகக் கொண்டாடுவதில் தனிப்பட்ட தீவிரம்

காட்டியிருக்கிறார்.

''வாருங்கள், வாருங்கள்'' என்ற ஏகோபித்த வரவேற்புக் குரல்கள்.

“சரியான நேரத்துக்குத்தான் வந்திருக்கிறீர்கள்'' என்று மலர்ந்த முகத்துடன் முகமன் கூறினாள் சரளா. வெள்ளை, வெள்ளை, வெள்ளை! அந்தப் பாழும் நிறத்தில் எத்தனை நேர்த்தியாகத்தான் அவள் அலங்கரித்து நின்ற போதிலும், என் மனம் லயிக்கவில்லை.

''இப்படி உட்காருங்கள் மாப்பிள்ளை'' என்றார் மாமா. அருகே இருந்த நாற்காலியில் அமர்ந்தேன். எதிரே அவரும் அமர்ந்து கொண்டார்.

“பிராப்தம் என்ற ஒன்று இருக்கிறதே, அது எல்லா மனிதர்களுக்கும் பொதுவானதுதான். பாருங்களேன், மைதிலியை நீங்களும் எவ்வளவோ அன்பாகத்தான் நடத்தினீர்கள். நிம்மதியோடுதான் அவளும் வாழ்ந்தாள். அந்தப் பிரமனுக்கே அது பொறுக்கவில்லை. போகட்டும், நம்ம சரளா இருக்கிறாளே, அவளுக்கும் மைதிலுக்கும் குணத்திலோ, அழகிலோ, அதிக வித்தியாசம் எதுவுமில்லை..''

மாமா பேசிக்கொண்டே போனார். பேச்சின் நோக்கம் எனக்குப் புரிந்தது. அது நேரிடையான கேள்வியாக மாறிவிடாதிருக்க வேண்டுமே! எனது சோதனையின் முடிவைச் சரளாவிடமிருந்து அறிகிறவரை எந்தப் பதிலையும் கூறிவிட நான் தயாராக இல்லை.

“நேரமாகிவிட்டது, ஆரம்பிக்கலாமா?'' என்ற கேள்வியைத் தொடர்ந்து, பிறந்த நாள் விழாச் சடங்குகள் சம்பிரதாயமாக நிறைவேறின — மளமளவென்று.

பரிசளிப்பு முடிந்துகொண்டு வந்தது. சந்தடிகள் ஓய்ந்த ஒரு தனிமை நிலையில், சரளாவைப் பரபரப்புடன் அணுகிய நான், கையில் கொண்டு வந்திருந்த அந்த அட்டைப் பெட்டியை அவளிடம் நீட்டினேன். “திறந்து பார் சரளா''.

சரளா பெட்டியைத் திறந்தாள். உள்ளே செக்கச் செவேரென்ற நிறத்தில் விலையுயர்ந்த புடவையொன்றும், சிவப்புக்

கல் பதித்த ஒரு ஜோடி வைரத்தோடும் மின்னிப் பளப-ளத்தன.

''உன்னை நான் இனிமேல் இந்தச் சிவப்பு நிற ஆடை-களில்தான் காண ஆசைப்படுகிறேன் சரளா. அது என் விருப்பம் மாத்திரமல்ல, உன் தமக்கையின் கோரிக்கையும்-கூட''.

சரளாவின் முகத்தில் மலர்ச்சி இல்லை. கையிலிருந்த அட்டைப் பெட்டியை சற்று நேரம் வெறித்தவள், “தயவு செய்து இம்மாதிரி விஷயங்களில் எனக்குச் சுதந்திரம் தந்து-விடுங்கள். என் ரசனை உணர்ச்சிகளை ஒரு நிர்ப்பந்தத்துக்-காக கட்டுப்படுத்தி வாழ்வதை நான் விரும்பவில்லை.''

படித்தவள், தனக்கு உரிய உரிமையை நிலைநாட்டிக் கொண்டாள். நான் அதற்கு மேலும் அங்கே நிற்கவில்லை. என் மைதிலி தெய்வம். சரளா மனுஷி. தெய்வத்தின் விருப்-பத்தைப் புறக்கணிப்பவள், அதன் பக்தனுக்கு மனைவியாவது சாத்தியம்தானா?

'நீ செய்தது பைத்தியக்காரத்தனம்' என்றது மனசாட்சி. சொல்லிவிட்டுப் போகட்டும். சில பைத்தியக்கார உணர்ச்சி-களுக்கு மனிதன் அடிமைப் படுவதனால்தான், பல தியாகங்-களைச் செய்ய வேண்டியுள்ளது, இல்லையா?

13. நிறங்கள் புழங்கும் ஓவியம்

- பிரசன்ன ரணதீரன் புகழேந்தி

இருவரும் இருவேறு துருவங்களாய் நின்று கொண்டிருந்-தார்கள். அவர்கள் கண்களில் நீர் கசிந்தது. மெள்ள மெள்ள கசிந்து ஓடி அந்த திருச்சபையின் சிவப்புகம்பளத்தில்

தெரித்து விழுந்தது. தெரித்த கண்ணீர் துளிகள் கம்ப-ளத்தின் இடுக்குகளில், சிலுவையில் அறையப்பட்டு கிடந்த இயேசுவின் பாதங்களை நோக்கி படர்ந்தது.

இருவரும் ஒருவரை ஒருவர் கண்கள் கலங்க பார்த்து கொண்டனர் இப்போது இவர்கள் கண்களில் காதல் மெல்ல

கசிந்தது. கசிந்த கண்களில் நிகழ்ந்த சம்பாஷனையின் உரையாடல்கள் மிக நிளமானது அது ஆளமானதும் கூட.

அந்த நொடிகள் மெள்ள கடக்கையில் திருச்சபை ஆர்ப்பரித்தது,

“வாழ்க்கையின் இன்பத்திலும் துன்பத்திலும், உடல் நலத்திலும் நோயிலும் ஒருவருக்கொருவர் துணையாயிருந்து, தன் வாழ்நாளெல்லாம் நேசிக்கவும் மதிக்கவும் இந்த தம்பதியர்கள் கடவுளின் முன்னிலையிலும், திருச்சபை முன்னிலையிலும் வாக்களிக்கின்றனர். மேலும் எவ்வித வற்புறுத்தலுமின்றி, முழு மனதுடன் இவ்வாக்குறுதி அளிக்கக் கடமைப்பட்டிருக்கின்றனர்.” என புனித சேவியர் சொல்லி முடிப்பதற்குள் அற்புத ராஜ்க்கு அப்படி ஒரு ஆனந்தம்.

“அற்புத ராஜ் ஆகிய நீ கயல்விழியை திருமணம் செய்ய சம்மதமா?”

“அற்புத ராஜ் ஆகிய நான் கயல்விழியை திருமணம் செய்ய சம்மதம்”

“கயல்விழியாகிய நீ அற்புத ராஜ் ஆகிய இவரை திருமணம் செய்ய சம்மதமா?”

“கயல்விழியாகிய நான் அற்புத ராஜ் ஆகிய இவரை திருமணம் செய்ய சம்மதம்?” என்று கயல்விழி கூற அவர்கள் இருவருக்கும் கண்ணீர் துளிகள் மேலும் பெருக்கெடுத்து ஓடியது.

அற்புத ராஜ் மற்றும் கயல்விழி இருவரும் ஒருவரை ஒருவர் உதட்டோர புன்னகையுடன் பார்த்த மாத்திரமே, மெள்ள திரும்பினர். ஓடிய ஜீவ நதி இப்போது ஆழ்கடல் அலை போல அவர்கள் கண்களில் பொங்கியது.

ஆதாமுக்கு இருப்பு கொள்ளவில்லை, சரட்டென திருச்சபையை விட்டு வெளியேறினான். நீண்ட நிசப்தம் நிலவியது. பூங்குழலி சொல்வதறியாது திகைத்து நின்றாள் அவளுக்கு வாய்வரவில்லை, சென்றவனை அழைக்க. அற்புதமும் கயலும் பூங்குழலியை கண் இமைக்காமல் பார்த்து கொண்டிருந்தனர். அந்த திருச்சபையும் தான்.

படைப்பின் தொடக்கத்திலேயே கடவுள், 'ஆணுக்கு பெண்ணுமாக பெண்ணுக்கு ஆணுமாக அவர்களைப் படைத்தார். அவர்கள் கணவன் மனைவி சகிதமாக வாழ-வேண்டும் என மனிதன் எத்தனித்தான். பண்டைய காலத்-தில் தாய் தந்தையை விட்டுவிட்டுத் தன் மனைவியுடன் ஒன்றித்திருப்பான். இருவரும் ஒரே உயிராய் இரு உடல்க-ளாய் இருப்பார்கள்.' மனிதன் தனக்கு தானே சில சாஸ்த்-திரங்களையும் சம்பிரதாயங்களையும் வளர்த்து கொண்டான் அது தன் கலாச்சாரத்திலும் பண்பாட்டிலும் நீக்க மற கலந்-திருக்க முடிவு செய்தான். சாதிகளையும் சமயங்களையும் பிரித்தான். குலங்களையும் கோத்திரங்களையும் பிரித்தான். கடவுளையும் தொழிலையும் கூட பிரித்தான். இறைவனுக்கு சாதி மதம் வைத்து அழகு பார்த்தான். இன்னாருக்கு இன்-னார் என்று வகுத்தான் அதை ஆழ வேரூன்றி புதைத்தான். அது ஆழ மரமாய் வளர்ந்து நின்றது. ஆனால் இன்னார்க்கு இன்னார் என்று இறைவன் வகுத்த கணக்கை எந்த தேட்ரம் கொண்டும் பகுத்தறிய முடியாது.

இருவரும் நகர்ந்தார்கள். ஆதாமை தேடி அற்புத ராஜ் செல்ல பூங்குழலி மனக்குழப்பத்தை தீர்க்க வீட்டுக்கு வந்-தாள் கயல் விழி. ஆராத்தி எடுக்க அவள் வருவாளா என்று காத்திருப்பதைப் போல வாசலிலே சிறிது நேரம் யோசித்தாள் 'இது என நமக்கு புதுசா என்று சிரித்துக்-கொண்டே வீட்டினுள் நுழைந்தாள்.

அற்புத ராஜுக்கு என்வென்று புரியவில்லை தன் மகன் தன் திருமணத்தில் விருப்பமில்லாமல் இருந்த போதும் அவனுக்கு கயல்விழியை மிகவும் பிடித்திருந்தது.

ஆனால் கயல் விழிக்கு ஒருவாறு விளங்கியது. தன் மகளிடம் நெருங்கி வந்தாள். அருகில் அமர்ந்து அவள் கையை இறுக பிடித்து கொண்டாள். கண்களில் தாரை தாரையாக கண்ணீர் கொட்டியது பூங்குழலிக்கு. விழுந்த கண்ணீர் துளிகள் கயல்விழியின் திருமண மோத்திரத்தின் தங்கத்தை பரிசுத்தமாக்கியது.

கயல் விழி மெள்ள ஆரம்பித்தால். “ஒரு எட்டு மாசத்-துக்கு முன்னாடி ஒரு சொல்லமுடியாத வெறுமை என்ன சூழ்ந்து என்ன கொன்றுச்சு தெரியுமா...

தற்கொலைலாம் சொஞ்சுக்க பார்த்தேன்...

ஏன் எதுனாலனு எனக்கு இன்னி வரைக்கும் தெரில

அதுக்கு வெறுமைனு நானா கூட பேரு வச்சுருந்துருக்க-லாம்...

தெரில...”

“தெரில! நான் ஏன் அவள பார்த்தேன் அவள ரசிச்-சேன், அவ மேல ஆசப்பட்டேன் இன்னமும் தெரில...

ஒரு ஆறு மாசத்துக்கு முன்னாடி தான் அவள நான் மொத மொதல்ல பார்த்தேன்

‘பெயின்டிங் கேலரில’...

பெய்ன்டிங்ஸ்கு நடுவுல ஒரு பெய்ன்டிங்கா நின்னுட்டு இருந்தா...

ஷி இஸ் எ பெயின்டர் டாடி எ வன்டர்புள் பெயின்டர்

அவ பாஷையில சொல்லனும்னா வண்ணங்கள தேடி பிடிச்சு சிறை பிடிக்கிற ஓவியை...

என் வாழ்க்கையில சில மெமரபுள் மொமன்ட்ஸ்ல அது-வும் ஒன்னு...” என்று டாவின்சியின் லாஸ்ட் சப்பர் ஓவி-யத்தை பார்த்தபடியே கண்களில் நீர் கசிய அற்புத ராஜிடம் சொன்னான் ஆதாம். அந்த கண்ணீர் மேரி மேக்டலின் முகத்தை ஈரமாக்கியது.

“என் வாழ்க்கையில சில தருணங்கள எப்போதும் என் மனசுல இருக்கும்

எனக்கு இன்னைக்கும் நல்லா ஞாபகம் இருக்கு

அன்னிக்கு லைபிரேரில நான் ஜெயகாந்தனோட சிறு-கதை ஒன்னு படிச்சிட்டு இருந்தேன்

‘தேவன் வருவாரா’

கடைசி பக்கத்தோட கடைசி வரி

‘உலகத்திலுள்ள ஒவ்வொரு ஆணும் என் குழந்தைக்குத் தகப்பன்தான் என்று கூறுவது போல் எதிரில் வரும் மனி-

தர்கள் நடுவே தன் குழந்தைக்கோர் அப்பனைத் தேடி அலைந்து கொண்டுதான் இருந்தது.'

அப்ப ஒரு குரல் 'அந்த குழந்தைக்கு இயேசுவயே அப்பா ஆக்கியிருக்கலாம் ஜெயகாந்தன்! இல்ல'னு

அது அவர் தான் அன்னிக்கு தான் முதல் தடவை அவர பார்த்தேன்.

அன்னைக்கு என்ன சொல்றதுனு தெர்ல சட்டுன்னு புத்-தகத்த மூடிட்டு கிளம்பிட்டேன்.

அப்புறம் கொஞ்ச நாளா அவர நான் பாக்கல'' சுவற்றின் மீது சாய்ந்து கிடந்த பூங்குழலியிடம் இதை அட்சர சுத்தமாக சொன்னாள் கயல்விழி.

''நான் அன்னிக்கு அத எதிர்பாக்கல, அந்த ஓவியம் அதுல இருந்த வீரியம் அவளோட மொத்த தைரியத்தையும் சொல்லுச்சு.

ஒரு பெண்ணா அந்த ஓவியத்த எப்படி வரஞ்சானு இன்-னும் எனக்கு புரில.

ஆனா அது அவனால மட்டும் தான் முடியும்.

அந்த ஓவியம் என்னானு சொல்லலல.

வால்ரியஸ் மாக்சிமஸால் ரோமன் கதையோட பெயிண்-டிங்க் டாடி.

உங்களுக்கு தெரியும் டாடி ...

பார்த்துருப்பீங்க ! பெரோ தன்னோட அப்பா சிமோனுக்கு தாய்ப்பால் கொடுக்குற பெயிண்டிங் தான்.

இதுவரைக்கும் எத்தனையோ பேர் வரைஞ்சுருகாங்க ஆனா அவ வரைஞ்சது 'இட்ஸ் பியாண்ட் எவரி திங் டாடி.'

'யு நோ அந்த பெயின்டிங்க அன்னைக்கு எத்தனையோ பேர் கேட்டாங்க. ஈவன் பார் லாக்ஸ் டாடி.'

பட் அவ ஒரே ஒரு வார்த்தை தான் சொன்னா 'திஸ் இஸ் நாட் பார் சேல்'''

'''திஸ் இஸ் நாட் பார் சேல் மேடம்'னு அன்னைக்கு அந்த கடக்காரன் சொன்னப்போ...

எனக்கு சரியான கோபம் வந்துச்சு. அவன அடிக்குற அளவுக்கு போயிட்டேன் அப்ப தான் அவரு வந்து தடுத்து அத வாங்கி கொடுத்தாரு.

எங்க இருந்து வந்தார்னே தெரில தெரியுமா...

அந்த புக் பேரு கூட ம்ம்ம்ம் அந்த புக் பேரு.....

ம்ம் ம்ம் ம்ம் ஆஆஆன் 'பிரிவோம் சந்திப்போம்' இது-வரைக்கும் ஏழே எட்டு தடவ படிச்சுருக்கேன் இன்னைக்கு டக்குனு ஞாபகம் வரல பார்த்தியா!."

"சுத்தமா ஞாபகம் இல்ல, அவள ரெண்டாவது தடவை எங்க பார்த்தேனு...

முத தடவ பார்த்தப்பயே 'ஐயம் இன் லவ் வித் ஹர்'..

லவ் அட் பர்ஸ்ட் சைட், எனக்கு அதுல நம்பிக்கை இல்லை ஆன அவள பத்தியே நினைச்சுட்டு இருந்தேன்

அப்புறம் நிறைய தடவ நாட் சூர் ஷாப்பிங் மால், தியேட்டர்னு பார்த்தேன்.

அவ கிட்ட பேச நிறைய டிரை பண்ணேன், யு நோ ஒரு தடவ பெயிண்டிங் எக்ஸிபிஷன்ல அவளே வந்து பேசுனா...

அவளோட பெயிண்டிங் போட்டோ எடுக்குறதுகாக...

என்னோட லென்ஸ்ல அவளோட நிறங்கள் விழனும்னு எழுதிருக்கு போல...

போட்டோகிராபர் அன்ட் எ பெய்ண்டர் 'வாட்ட எ பேர் டாடி'

அதுக்கப்புறம் அவளோட எல்லா பெயின்டிங் கேலரிலயும் என்னோட புகைப்படங்கள் இடம் பெற்றது.

நாங்க ஒரு நல்ல நண்பர்களானோம்"

" நட்பு தொடங்குவதுமில்ல முடிவதுமில்ல. அப்படி தான் நாங்க நண்பர்கள் ஆனோம்.

அப்ப தான் எனக்கு தெரியும் அவர் ஒரு இசை கலை-ஞர்னு...

புல்லாங்குழல் வாசிப்பாருனு....

ஒரு மகத்தான மெலிந்த கலைஞன்

ஹா ஹா...

இன்பாக்ட் அவரோட புல்லாங்குழல் கத்துக்கிட்ட கதையை கேட்டினா விழுந்து விழுந்து சிரிப்ப...

ம்ம் சிவரஞ்சனி இராகத்துல குறையொன்றுமில்லை துக்கடாவா இசைப்பாரு கேக்கவே செமயா இருக்கும்...

நீயும் ஒரு வாட்டி கேட்டு பாரு உனக்கு ரொம்ப பிடிக்கும்...''

''நான் கேட்டேன்...

நான் கேட்டதுகாகவே ஒரு ஓவியம் வரையுரேன் சொன்னா...

அத கல்யாணத்தப்ப கல்யாண பரிசு கொடுக்க போறதா சொன்னா...

காதல் அறிகுறிகள ஒன்னு சேர்த்து ஒரு குறியீடா அத நான் அவள வரைய சொன்னேன்

நட்பு காதலா மாறுன தருணம் அது தான்ப்பா

'ஒரு காதலி காதலனுக்கு வரையப்பட்ட ஓவியமா இருக்கனும்னு ' என் காதல சூசகமாக அவ கிட்ட சொன்னேன்

அழகான சிரிப்பு சிரிச்சா

'ஷாஜகான் தன் மனைவிக்கு கொடுத்ததவிட அழகாவே இருக்கும்னு சொன்னா'

அந்த ஓவியதுல பல வண்ணங்கள் சேர்க்கனும்னு நான் ஆசப்பட்டு கேட்டுக்குட்டேன்

அதுக்கு 'அந்த ஓவியத்துல நிறங்கள நிரப்புரது என் பொறுப்பு ஆன இந்த ஓவியத்துல வண்ணங்கள நிரப்புரது உன் பொறுப்பு' சொன்னா...

அந்த வார்த்தை அவ காதல் உறுதி செஞ்சது...

உரையாடல்களும் ஊடல்களும் எங்க காதலுக்கு தீனி போட்டது

நாங்க ரெண்டு பேரும் அவங்க அவங்க வீட்டுல சொல்லி இரண்டு பேர் சம்மதத்தோட கல்யாணம் செஞ்சுகனும்னு ஆசைப்பட்டோம்''

''ஆசைப்பட்டதலாம் கிடச்சுட்டா வாழ்க்கை எப்படி சுவரசியமா இருக்காதோ அதே மாறி ஆசைப்பட்டது கிடைக்-

காத போது பத்தோடு பதினொன்னா அத விட்ற முடியாது...

விட்றவும் கூடாது...

என்னோட கவிதைகளுக்கு இசை தேவைப்பட்டது.

என்னோட ஹைக்கூகளுக்கு சிந்துபைரவியோ காம்போதியோ அவர் இசைக்கனும் ஆசைப்பட்டேன்.

எனக்கு உறுதியா தெரியும் அது புனிதமான காதல் இல்ல அது தீர்க்கமான புரிதல்னு.

எங்க புரிதலுக்கான தேடல தொடர நாங்க ஒன்னு சேர நினைச்சோம்

நினைச்சோம் தவிர முடிவு செய்யல.

அப்ப தான் அவர பத்தி நான் உன்கிட்ட சொன்னேன்

எங்க முடிவு உன் சம்மதமானது.

நீ கூட ‘உனக்கு என்னைக்கா இருந்தாலும் ஒரு ஆண் துணை தேவைபடுனு, உனக்கு விவரம் தெரிஞ்ச நாள்ல இருந்து சொல்லிட்டு இருந்தல...

துணை என்ன துணை...

துணை இருந்தா, உன்ன இவ்ளோ வளர்த்து ஆளாக்கிருக்கேன்?

சொல்லு!!

இது சத்தியமா ஒரு ஆண் துணைக்காகவோ இன கவர்ச்சிக்காகவோ அவர நான் கல்யாணம் செஞ்சுக்கல

வாழ்க்கைய அர்த்தமுள்ளதா ஆக்குவதுகாகவும் என்னோட தேடலுக்காகவும் தான் இந்த கல்யாணத்த உன் சம்மதயோட செஞ்சுகுட்டேன்”

“உங்க சம்மதத்த கேட்க தான் அன்னைக்கு உங்கள தேடிட்டு வந்தேன்...

அப்ப தான் நீங்க உங்க விருப்பத்த சொன்னீங்க. அப்ப அவங்க தான் பூங்குழலி அம்மானு தெரியாது...

தெரிஞ்சாலும் அதுக்கான பதில் என்கிட்ட இல்ல

ஆனா அவ கிட்ட இருந்தது. அந்த பதிலுக்கு என்னால மறுப்பு சொல்ல முடியல.

அவகிட்ட காதலை தாண்டி ஒரு புரிதல் இருக்கு.

அந்த புரிதல் தான் அவள இப்படி ஒரு முடிவு எடுக்க வச்சது. அந்த முடிவுக்கு நானும் கட்டுப்பட்டேன்.

எங்க காதல் இப்ப முழுமை பெற்றுருக்கு

இத தியாகமா நாங்க நினைக்கல எங்க காதலோட நீட்சியா தான் பாக்குறோம்.

காதல்கள் அப்ப அப்ப சில பரிணாமங்கள் அடையும் அப்படி பரிணாமமடைந்த காதல்ல எங்க காதலும் கண்டிப்பா இருக்கும்…

ஆனா எல்லாத்தையும் கடந்து போற மாதிரி காதல என்னால கடந்து போக முடியல…

வலிக்குது பா!!

அம்மா இறந்தப்ப நீங்க எப்படி கஷ்டப்பட்டீங்களோ அத விட இப்ப நான் கஷ்டப்பட்றேன்''

''ஆனா இப்ப நீ கஷ்டபடுறத என்னால பாக்க முடியல

ஆதாமும் நீயும் உயிருக்கு உயிரா காதலிச்சுருகீங்க

இத ஏன் நீங்க எங்க கிட்ட சொல்லல

அவ்ளோ பெரிய மனுஷி ஆகிட்டியா??

சொல்லு!!

உங்க காதல விட்டு கொடுத்து எங்கள சேர்த்து வைக்கிறீங்களோ'' என கயல்விழி பூங்குழலியை பார்த்து கேட்டபோது மெல்லிய புன்னகை மட்டுமே அவளிடம் இருந்தது கண்களில் கண்ணீரும் கூட.

அவள் மவுனத்தில் பல அர்த்தங்கள் புதைந்து கிடந்தது. ஜென் இசட் கற்பனையும் அல்லாது லேமூரியா காலத்து சிந்தனையும் அல்லாது அவளது சித்தாந்தம் ஆழ் கடல் அமைதியை போல வான்முகில் வண்ணம் போல தெளிவாக இருந்தது.

அவள் மவுனம் கலைப்பதாக இல்லை. அப்படியே ஒரு பதிலை கூறுவதாயினும் அவர்களுக்கு புரிய போவதுமில்லை. ஆனால் ஆழ் கடல் அமைதியை கூலாங்கற்கள் உடைக்கும். வான்முகில் வண்ணங்களை அன்றில் பறவை-

கள் துடைக்கும்.

கயல்விழி விடுவதாக இல்லை பூங்குழலியின் தாய் அல்லவா!

அவள் மவுனத்தை கலைக்க தேர்ந்தெடுக்கப்பட்ட வார்த்தைகளை வீசினாள்.

“வாழ்க்கையில சில விஷயங்கள் சில சமயங்கள்ல புதிரா இருக்கும் மிஸ் எப்படி மிஸ்ஸர்ஸ் ஆனா மிஸ்ஸர்ஸ் மிஸ் ஆகி மறுபடியும் மிஸ்ஸர்ஸ் ஆன மாதிரி

மிஸ்க்கும் மிஸ்ஸர்ஸ்க்கும் நடுவுல சத்தியமா அப்ப அந்த தாலியோ இப்ப இந்த மோதிரமோ கண்டிப்பா இல்ல

அது இரண்டுக்கும் நடுவுல என் மனசு மட்டும் தான் இருக்கு.

மனசு தான் எல்லாதுக்குமே காரணம்.

பாஞ்சாலி அஞ்சு புருஷன்களோட வாழ்ந்ததுல எவ்ளோ பரிசுத்தம் இருக்கோ அந்த பரிசுத்தம் உன்கிட்டயும் இருக்கு.

என்னைக்கா இருந்தாலும் சீதை தீக்குளிக்க தான் வேண்டும் அது இராமன் கூட இருந்தாலும் சரி இராவணன் கூட இருந்தாலும் சரி.

உன் மனசாட்சிய கேளு அது உனக்கு என்னைக்கும் துரோகம் செய்யாது. உன் அம்மாவும் கூட...

உன் ஓவியங்கள் கருப்பு வெள்ளையா இருக்குறதும் நிறங்கள் புழங்குறதும் உன் கையில தான் இருக்கு. உன்னோட தூரிகைய அடுத்தவங்க கிட்ட கொடுத்துறாத...” என்று கூறி அவள் கையை இறுக பிடித்தவாறு அவள் நெற்றியில் முத்தமிட்டாள் கயல்விழி. அவள் முத்தமிட்ட தருணம் கண்ணீர் துளிகள் அவள் கைகளில் தவழ்ந்த ஓவியத்தில் தீட்டப்பட்டது.

புங்குழலிக்கு தனிமை தேவைப்படுவதை உணர்ந்து நகர்ந்தாள் கயல்விழி. ஆதாமுக்கு ஆறுதல் சொல்ல முடியாமல் தவித்தான் அற்புதராஜ்.

ஆதாமுக்கு இருப்பு கொள்ளவில்லை அவளை காண ஓடோடி வந்தான், வந்தவன் அவளை பார்த்த வண்ணம்

கதவின் அருகே நின்றுகொண்டான்.

பூங்குழலியோ தான் வரையப்பட்ட ஓவியத்தை பார்த்த வண்ணம் இருந்தாள்.

அது அவனுக்காக தீட்டப்பட்ட ஓவியம்.

எங்கிருந்தோ வந்த குழலிசையின் தென்றல் காற்று கயல்விழியின் புத்தக இடுக்குகளை தாண்டி பூங்குழலியின் குழலை அசைத்து சென்றது.

இருவரும் இரு வேறு துருவங்களாய் நின்று கொண்டி-ருந்தார்கள்.

ஆனால் அந்த ஓவியமோ நிறங்கள் புழங்க மட்டும் காத்-திருந்தது.

14. உறவின் நிறங்கள்

- தேவவிரதன்

சமீபத்தில் எனக்குப் பரிச்சயமாகி நண்பரான திருவாளர் விசுவம் என் கண்களுக்கு ஒரு விந்தையான மனிதராகத் தென்பட்டார். இளங்காலை நேரங்களில் நடைபயிலும் பெசன்ட் நகர் மேட்டுக்குடி மக்களின் கடற்கரைப் பகுதி-யில்தான் அவர் எனக்கு அறிமுகமானார். அறுபது வயதா-னாலே எது வருகிறதோ இல்லையோ சொல்லாமலே ஆஜர் ஆவது மூட்டுவலி; ஆண், பெண் இருபாலருக்கும் பொது-வான இந்தத் தொல்லையையும், துன்புறுத்தலையும் விரட்ட மருத்துவர்கள் உபதேசிப்பது உடற்பயிற்சியைத்தான். என்ன உடற்பயிற்சி? 'ஸிக்ஸ் பேக்' உள்ள பலகை போன்ற மார்-பையா, வயிற்றுப் பகுதியா? ம்ஹூம், அதெல்லாம் இல்லை.

உடம்பில் சேர்ந்துள்ள தேவையற்ற அதிக எடையைக் குறைக்க அவர்கள் சொல்வது நடைப்பயிற்சியை.

கையில் காசில்லாத இளம் பருவத்தில் பஸ்ஸுக்கு டிக்-கட் வாங்கப் பணமில்லாத மனிதர்கள் இன்று செல்வச்சீ-மான்களாகிக் காரில் வந்திறங்கி நடைபயிலுவதைக் காண-லாம்.

இவை எல்லாவற்றையுமே நாம் வளர்ச்சி அல்லது காலத்தின் கட்டாயம் என்று ஏற்றுக்கொள்வதைத் தவிர வேறு வழியில்லை.

இந்த நடைப்பயிற்சியில் சோர்வைப் போக்க ஒருநாள் உட்கார்ந்த சிமெண்ட் நாற்காலியின் மறுபுறத்தில் விசுவம் அவர்களைச் சந்தித்தேன்.

அவர் என்னைப் பார்த்து ஒரு சிறிய புன்னகை செய்தார். நானும் செய்தேன்; பார்த்தவுடனே நட்பைக் காட்டும் இனிய முகம். முன் வழுக்கையற்ற தலை. சிரிக்கும் கண்கள். சிறிய உதடுகள். முதுமைக்கும் ஓர் அழகு உண்டோ என்ற எண்ணத்தைத் தோற்றுவிக்கும் அளைவான தேகம்; முகம்.

“நான் டாக்டர் விசுவம். ஓய்வு பெற்ற விஞ்ஞானி” என்று தன்னை அறிமுகம் செய்து கொண்டார்.

நான் என்னை அறிமுகம் செய்து கொண்டேன்; ஓய்வு பெற்ற வங்கி அதிகாரி என்று.

மாறிக்கொண்டே இருக்கும் வானிலை, எல்.நினோவின் தாக்கத்தில் சென்னையை வெள்ளக்காடாக்கிய மழை. வானிலையைவிட மோசமாக மாறிக்கொண்டே இருக்கும் இன்றைய அரசியல் என்று மேலெழுந்தவாரியாகச் சில உலக சமாச்சாரங்களைப் பரிமாறிக் கொண்டு விடைபெற்றோம்.

பின்னர் வந்த நாட்களில் நாங்கள் நண்பர்களானோம். ஒருநாள் அவர் என்னைத் தன் வீட்டுக்கு அழைத்துச் சென்றார். விசாலமான மூன்று படுக்கையறைகள் கொண்ட ப்ளாட் அது. மிக நேர்த்தியாகக் கலைநுணுக்கத்துடன் அலங்கரிக்கப்பட்டிருந்தது.

சுவரில் பல இடங்களில் கறுப்பு வெள்ளையில் பென்சில் சித்திரங்கள் சட்டமிடப்பட்டு மாட்டப்பட்டிருந்தன.

எனக்கும், நுண்கலைகளுக்கும் வெகு தூரம் என்பதால் நான் அதைப்பற்றி ஒன்றும் விசாரிக்கவில்லை.

பணத்தில் அதிகம் புழங்கிய காரணத்தால் பிளாட்டின் விலை என்ன என்று கேட்டேன். விசுவம் சிரித்தார். “சொந்-

தமில்லை, வாடகைதான்'' என்றார். எனக்கு ஆச்சரியமாக இருந்தது.

''ஸயின்டிஸ்ட்' என்கிறீர்கள். நீங்கள் சொந்தமாக வீடு-கூட வாங்கிக்கொள்ளவில்லையா?'' என்றேன்.

''இல்லை, வாங்க வேண்டும் என்று தோன்றவில்லை. வேலையில் இருந்த நாட்களில் ஆபீஸ் குடியிருப்பில் இருந்து விட்டேன். அப்புறம், ஒற்றை ஆசாமிக்காக எதற்கு ஒரு சொத்து என்று தோன்றியது. அதனால் வாங்க-வில்லை...''

எனக்குள் சட்டென்று உறைத்தது.

அந்த வீட்டில் பெண் எவரும் இருக்கும் அடையாளம் இல்லை; வேறு எவரும் இல்லை.

''உங்கள் மனைவி, மற்றும் குடும்பம்...''

விசுவம் மெல்லிய புன்னகை செய்தார்.

''எதுவும் இல்லை...'' என்று சொல்லிவிட்டு, ''உட்கா-ருங்கள்... நீங்கள் காபி இல்லை டீ சாப்பிடுவீர்களா? சர்க்-கரை போடலாமா?'' என்று கேட்டார்.

''எதுவாயிருந்தாலும் பரவாயில்லை; சர்க்கரை போட-லாம்,'' என்றேன். பின்னர் அவர் காட்டிய ஹாலில் இருந்த சோபாவில் அமர்ந்தேன்.

ஹாலின் ஒரு பகுதியில் இருந்த நூதனமான ஷெல்பில் பல புத்தகங்கள் இருந்தன. எனக்குப் புத்தகங்கள் படிக்கும் வழக்கம் அறவே கிடையாது. நான் காசு கொடுத்துப் புத்த-கம் வாங்கிப் படிப்பதை வீண் செலவு என்று நினைப்பவன்.

இவர் வாங்குபவர் போல... பெண்டாட்டி, பிள்ளை இல்-லாத ஆசாமி. காசை எப்படியெல்லாமோ செலவு செய்கிறார் என்பதில் ஆச்சர்யமில்லை! அதற்குள் விசுவம் இரு கோப்-பைகளில் காபியுடன் வந்து ஒரு கோப்பையை என்னிடம் நீட்டினார்.

அவர் உட்கார வேண்டும் என்பதற்காகக் காத்திருந்த நான், ''நீங்கள் கல்யாணமே செய்துகொள்ளவில்லையா... இல்லை...'' என்று இழுத்தேன், 'மனைவியை இழந்தவரா

அல்லது விவாகரத்து ஆனவரா?'

விசுவம் மீண்டும் புன்னகை செய்தார். அதற்கு என்ன அர்த்தம் என்று எனக்கு விளங்கவில்லை.

"மனிதனாகப் பிறந்த ஒவ்வொருவரும் திருமணம் செய்து கொண்டுதான் ஆகவேண்டும் என்ற கட்டாயம் இருக்கிறதா என்ன?" என்றார் ஆங்கிலத்தில்.

எனக்கு அவருடைய விதண்டாவாதமான கேள்வி எரிச்சலை மூட்டியது.

இவர் ஏதோ தன்னை அதிமேதாவி என்று நினைத்துப் பேசும் பேச்சுக்கு பதிலடி தரவேண்டும் என்று எனக்குத் தோன்றியது.

"உலகின் வழக்கம் அதுதானே? நீங்கள் விஞ்ஞானி என்பதால் வித்தியாசமாக நினைத்திருக்கிறீர்கள் போல..." என்றேன் நானும் ஆங்கிலத்தில்.

விசுவம் இப்போது வாய்விட்டுச் சிரித்தார்.

"நான் நினைக்கவில்லை; ஒவ்வொருவரின் வாழ்க்கையையும் நம் கண்ணுக்குத் தெரியாத விதி நிர்ணயிக்கிறது..." என்றார்.

எனக்கு எரிச்சல் ஏற்பட்டது. நேரடியாகக் கேட்ட கேள்விக்கு இந்த ஆசாமியின் குதர்க்கமான பதில் எனக்குப் பிடிக்கவில்லை. என் முகம் போன போக்கில் இருந்து அவர் என் மனசைப் படித்திருக்க வேண்டும்.

"ஐ'ம் சாரி. உங்கள் கேள்விக்கு நேரிடையான பதில். நான் திருமணமே செய்துகொள்ளவில்லை."

ஏதேனும் வியாதியோ? பார்த்தால் அப்படித் தெரியவில்லையே!

"ஏன்...?"

"பல காரணங்கள். தவிர, நான் திருமணம் செய்துகொள்ள வேண்டும் என்று நினைத்த சமயத்தில் நான் அந்த வயதைக் கடந்துவிட்டேன்..."

"ஓ..."

நான் சராசரி மனிதன். இருபத்து ஐந்து வயதில் வேலை கிடைத்த ஓர் ஆண்டுகளுக்குப் பின் எனக்கு என் பெற்றோர் பார்த்துத் திருமணம் செய்து வைத்தனர். கல்பனா என் மனதிற்கேற்ற மனைவி. மறு வருஷமே விவேக் பிறந்து விட்டான்; அடுத்த இரண்டு ஆண்டுகளில் அபர்ணா.

“எனக்கு ஒரு மகன், ஒரு மகள்...” என்றேன் நானாக.

விசுவம் புன்னகையுடன் “வெரிகுட்.” என்றார்.

“இருவரும் இந்தியாவில் இல்லை...” என்றேன். அப்போது என் குரலில் பெருமை என்னையறியாமல் தொற்றிக் கொண்டது.

விசுவத்தின் புன்னகை மறையவில்லை.

“விவேக் கலிபோர்னியாவில் இருக்கிறான். திருமணமாகி ஒரு பெண் குழந்தை இருக்கிறாள். அபர்ணா ஆஸ்திரேலியாவில் பெர்த்தில் இருக்கிறாள். அவளுக்கும் மணமாகி விட்டது. ஒரு ஆண் குழந்தை...” என்றேன்.

“டிபிகல் இந்தியாவின் இன்றைய ‘மிடில் கிளாஸ்’ குடும்பம்.” என்றார் விசுவம்.

அவரின் இந்தப் பதிலில் பொதிந்திருந்த நக்கல் எனக்கு மீண்டும் கோபத்தை உண்டாக்கியது.

“நீங்கள் அதுபோல் நினைப்பதில் வியப்பில்லை.” என்றேன் சுருக்கென்று.

“ஐ’ம் சாரி அகைன். நான் உங்களை அவமதிக்க அந்த மாதிரி சொல்லவில்லை.” என்றார் அவர்.

“இட்ஸ் ஆல்ரைட்.” என்றேன் அலட்சியமாக.

சில நொடிகள் காபியைக் குடிப்பதில் சென்றது. காபி உண்மையிலேயே மிகவும் நன்றாக இருந்தது.

“நீங்கள் தயாரித்த காபி வெரிகுட்.” என்றேன் சற்று சமாதானமடைந்தவனாக.

“தாங்க்யு...” என்றார் அவர் புன்னகை மாறாமல்.

“இவையெல்லாம் உங்கள் புத்தகங்களா?” என்றேன் ஏதோ பேச வேண்டுமே என்பதற்காக.

“ஆமாம், அவைதான் எனக்கு நெருங்கிய நண்பன்.” என்றார் விசுவம்.

எனக்கு சிரிப்பு வந்தது.

“அவை என்ன உங்கள் உணர்ச்சிகளைப் பகிர்ந்து கொள்ளுமா என்ன?” என்றேன் கேலியாக.

இப்போது விசுவத்தின் முகம் தீவிரமடைந்தது.

“ஒருவகையில் உங்கள் கேள்விக்குப் பதில் 'ஆமாம் என்றுதான் சொல்வேன் .” என்றார்.

'சரி... இவர் சரியான 'நட்கேஸ்', என்று மனதிற்குள் நினைத்துகொண்டவன், “புத்தகங்களுக்காகப் பணம் செலவு செய்வதை வீண் என்று கருதும் கூட்டத்தைச் சேர்ந்தவன்,” என்றேன் அழுத்தமாக.

விசுவம் யோசனை செய்பவர் போல் தோன்றினார்.

“இருக்கலாம்... அது உங்கள் அபிப்ராயம். அதை மறுத்துப் பேச நான் விரும்பவில்லை” என்றார். தொடர்ந்து, “நீங்கள் வாழ்க்கையில் எதை முக்கியமாகக் கருதுகிறீர்கள்?” என்றார்.

“இது என்னுடைய அபிப்ராயம் என்று சொல்ல மாட்டேன். பலருக்கும் இதுதான் முக்கியமாகத் தோன்றும்; பணமும், பதவியும் முதலில். பின்னர் குடும்பம், குழந்தைகள், அமைதியான, நோய் நொடியில்லாத வாழ்க்கை... ம்... இவைகளைத் தவிர வேறென்ன வேண்டும்?” என்றேன்.

நான் பேசும்போது என் முகத்தையே பார்த்துக் கொண்டிருந்த அவர் சற்றுநேரம் தன் முகத்தைத் திருப்பி வெளியே தெரிந்த பால்கனிக்கு அப்பால் வானத்தை வெறித்துப் பார்த்தார். பின் மெதுவான குரலில் சொன்னார்.

“உண்மைதான்... ஆனால், இவைகள்தான் வாழ்க்கையில் அவசியம் என்பதை மறுக்க முடியாது. ஆனால், இன்று பெரும்பாலான மக்களுக்கு இவை எல்லாமே இல்லை என்றாலும், பல கிடைத்திருக்கிறது...”

"இருக்கலாம். நான் அவற்றைப் பற்றி சிந்திப்பதில்லை. என் வாழ்க்கையைப் பொறுத்தவரை நான் வேண்டியதெல்லாம் நான் விரும்பிய வகையில் கிடைத்து விட்டன," என்றேன் நான்.

விசுவம் புன்னகை செய்தார்.

"மகிழ்ச்சி... முதன் முறையாக வாழ்க்கையில் திருப்தியுடன் இருக்கும் ஒருவரைப் பார்க்கிறேன்." என்றார் தொடர்ந்து.

நானும் புன்னகை செய்தேன்.

"பிறகென்ன... நான் கிளம்புகிறேன்..." என்று எழுந்த என்னை விசுவத்தின் தலைக்குப் பின்னால் மாட்டியிருந்த ஒரு படம் — இல்லை படங்கள் சட்டெனத் தடுத்து நிறுத்தின.

நான்தான் முதலிலேயே சொன்னேனே? சுவரில் பல பென்சில் சித்திரங்கள் அங்கங்கே இருந்தன என்று. ஆனால் இது பென்சில் சித்திரமல்ல; புகைப்படங்கள். அதுவும் சற்றுப் புதுமையாக இருந்தது. நான்கு 'ப்ரேம்கள்' ஒன்றுக்கொன்று 'டயமண்ட்' போல் இணைக்கப் பட்டிருந்தது.

அதில் நான்கு முகங்கள்; இளைஞர்கள்; மூவர் முகத்தில் மகிழ்ச்சி தெளிவாகத் தெரியும் முகங்கள்.

யாரோ இவர்கள்... அதில் ஒன்று....

"மிஸ்டர் விசுவம்... இதென்ன போட்டோ? யார் இவர்கள் எல்லாம்? உங்களுக்குத்தான் குழந்தைகள் இல்லை என்றீர்களே?" என்றேன் சற்று வியப்புடன்.

விசுவம் காபிக் கோப்பைகளை எடுத்துச்சென்று சமையலறையின் மேடையில் வைத்துவிட்டு வந்தார்.

"இவர்களா...?" என்றார் என்னிடம். நான் இன்னமும் அந்தப் புகைப்படங்களைத்தான் பார்த்துக் கொண்டிருந்தேன்.

"யெஸ்..."

"என் நண்பர்கள்..."

"நண்பர்களா?" என்றேன் ஆச்சர்யத்துடன்.

"ஏன், இருக்கக் கூடாதா?" என்றார் விசுவம்.

“ம்... இருக்கலாம், ஆனால் இவர்கள் எல்லோருமே உங்களைவிடச் சிறியவர்களாக இருக்கின்றரே. இவைகள் அவர்களின் இளம் வயதில் எடுத்த புகைப்படங்களா?”

“இல்லை, நான்கு வருஷங்களுக்குள்தானிருக்கும்.”

“அப்படியா, இத்தனை இளைய வயதினர் உங்களுக்கு எப்படி நண்பர்களாக இருக்க முடியும்?” என்றேன் திகைப்பில் இருந்து விடுபடாமல்.

“நட்புக்கு வயது வரம்புகள் உள்ளனவா என்ன?” என்று ஆங்கிலத்தில் கேட்டார் விசுவம்.

அவர் கேள்வி எனக்கு மீண்டும் அவரின் குதர்க்கமான பேச்சாக எரிச்சலைக் கிளப்பியது.

“இல்லையா... இல்லாமலா 'ஜெனரேஷன் கேப்' என்று காலம் காலமாகச் சொல்லிக் கொண்டிருக்கிறோம்...?” என்றேன் வேகமாக.

விசுவம் கோபம் கொள்ளவில்லை.

“சரி... நண்பர்கள் என்று சொல்லவில்லை. எனக்குப் பிடித்தவர்கள் என்று சொல்லலாமா?” என்றார் சமாதானமாக.

எனக்கு அவர் பேச்சு வாஸ்தவத்தில் புரியவில்லை.

“பிடித்தவர்கள் என்றால் எந்த வகையில்... உங்கள் மாணவர்களா?” என்றேன்.

“ம்... இரண்டு பேர் மாணவர்கள். மற்ற இருவரும் எனக்குத் தொழில் வழியில் அறிமுகமானவர்கள்.”

“உங்கள் ‘ட்ராயிங் ரூமில் ப்ரேமில்’ தொங்கவிடும் அளவுக்கு நெருக்கமானவர்களா?” என்றேன் சற்று வியப்பு, எரிச்சல் இரண்டும் கலந்து.

விசுவம் சிரித்தார்.

“உங்களுக்கு நேரம் இருக்கிறதென்றால் நான் விளக்குகிறேன். சற்று உட்காருங்கள்...” என்றார்.

எனக்கு அவரின் விளக்கத்தைக் கேட்க வேண்டும் என்ற உந்துதல் ஏற்பட்டது. ஏன் என்பதைப் பிறகு சொல்கிறேன்.

நான் உட்கார்ந்ததும் அவர் தன் பங்குக்கு அந்தப் புகைப்படங்களை சில விநாடிகள் பார்த்தார். பின் பார்த்தபடியே பேசினார்.

“இந்த நான்கு போட்டோக்களில் மேலே இருப்பவன் கிருஷ், மீசை வைத்திருப்பவன் ஆனந்த், கண்ணாடி போட்டிருப்பவன் ஜான், கீழே இருப்பவன் ஹரி” என்றார்.

“இவர்களிடமிருந்து நான் சில நல்ல குணங்களைக் கற்றுக் கொண்டேன். நம்ப முடிகிறதா?” என்றார் என்னைப் பார்த்து.

'இவர் குதர்க்கமான ஆசாமி என்று நினைத்த எனக்கு இப்போது இவர் பெரிய குழப்பான ஆசாமி என்று தோன்றியது. இவரில் பாதி வயதுகூட இல்லாத சின்னப் பசங்களிடமிருந்து இவர் எதைக் கண்டு அதிசயப்பட்டுப் போனார், இல்லை கற்றுக் கொண்டார்?' என்று எண்ணினேன்.

“இந்தச் சின்னப் பசங்களிடமிருந்து இத்தனை பெரிய விஞ்ஞானி என்ன கற்றுக் கொண்டிருப்பார் என்றுதானே நினைக்கிறீர்கள்?” என்று என் மனசைப் படித்தவர் போல் கேட்டார்.

நான் 'ஆமாம்' என்கிற வகையில் தலை அசைத்தேன்.

“கிருஷ்யைப் போன்ற ஓர் பரோபகாரியை நான் பார்த்ததில்லை; எவருக்கு எந்த உதவி வேண்டுமென்றாலும் உடனே முன்சென்று செய்வான். எனக்குப் பல உதவிகள் செய்திருக்கிறான். ஆனந்த் ஒரு சிறந்த ஆர்டிஸ்ட். இந்த அறையில் நீங்கள் பார்க்கும் அத்தனை பென்சில் சித்திரங்களும் அவன் வரைந்தவைதான். ஜான் வில்லியம்ஸைப் போன்ற அமைதியான குணம் கொண்ட இளைஞனைப் பார்க்கவே முடியாது. எந்த ஒரு பிரச்சினையையும் அவன் பார்க்கும் கோணமே வித்தியாசமாக இருக்கும். ஹரி நான் சந்தித்ததிலேயே முதல் சந்திப்பிலேயே தன் அசாத்திய புத்திசாலித்தனத்தாலும், வெளிப்படையாகப் பேசும் குணத்தினாலும் என்னைக் கவர்ந்தவன்...” என்று நிறுத்தினார்.

“இதுபோன்ற குணங்கள் பலரிடம் இருக்கலாமே? இவர்கள் அப்படி என்ன ஸ்பெஷல்?” என்றேன்.

“இருக்கலாம்; ஆனால் இன்றைய வேகமான, வணிக ரீதியாக மாறிக்கொண்டு வரும் காலத்தில் இவர்கள் என்னையும், என் மனதையும் புரிநது கொண்டு நண்பர்களானவர்கள்.”

“இவர்கள் உங்களுடன் இன்னும் தொடர்பில் இருக்கிறார்களா?”

விசுவம் சிரித்தார்.

“இருக்கிறார்கள்... உங்கள் பெண், பிள்ளைகள் வெளிநாடுகளில்தானே இருக்கிறார்கள். வாரம் ஒருமுறை அல்லது மாசம் ஒருமுறை உங்களுடன் 'ஸ்கைப்' பில் பேசுவார்களா? சில சமயங்களில் சமயங்களில் அதுகூட இராது. அவரவர்களுக்கு அவர்களது வேலை, குடும்பம் என்று ஆயிரம் இருக்கும். அதை நான் எதிர்பார்ப்பது என்ன நியாயம்?”

“அது சரி... நீங்கள் ஏன் உங்கள் நெருங்கிய சொந்தம் போல் அவர்கள் போட்டோவை மாட்டிக் கொண்டிருக்கிறீர்கள்?” என்றேன் நான் விடாமல்.

விசுவம் என்னிடம் நேர்ப்பார்வையாகப் பார்த்து அமைதியாகக் கேட்டார்.

“நிறைய வீடுகளில் அவரவர்களுக்குப் பிடித்த சுவாமிப்படங்களை, பிரபலங்களின் படங்களை, காந்தி, நேரு, அண்ணா, எம்.ஜி.ஆர். என்று தலைவர்களின், விளையாட்டு வீரர்கள், நடிகர்கள் படங்களை மாட்டி வைக்கிறார்கள்... அவர்களெல்லாம் சொந்தம் என்பதாலா...?”

“இல்லை... அது வந்து...”

“இருங்கள், நானே சொல்கிறேன். அந்தப் படங்களில் உள்ள முகங்கள் அவர்கள் மனதிற்கு ஒரு நல்லுணர்வைத் தருகிறது. மகிழ்ச்சியைத் தருகிறது. இந்த இளைஞர்கள் என் மனதைத் தொட்டவர்கள். அவர்கள் முகங்களைப் பார்க்கும்போது என் மனசு மகிழ்கிறது. அவ்வளவுதான்... உறவும், பகையும், அன்பும், நெருக்கமும், நட்பும், பக்தியும் நாமே

உருவாக்கிக் கொள்ளும் உணர்வுகள்தானே? பார்த்தால்தான் உறவா? பேசினால்தானே நேசமா? அருகில் இருந்தால்தான் அன்பா? அன்பிற்கும், பாசத்திற்கும் எல்லைகள், கட்டுப்பாடுகள் கிடையாது... உங்களுக்கு நான் சொல்லித் தெரிய வேண்டியது இல்லை... இரண்டு குழந்தைகளைப் பெற்று வளர்த்தவர்,'' என்றார் விசுவம்.

“இந்த இரண்டாவது பையன் ஆனந்த்... இவனை உங்களுக்கு எப்படித் தெரியும்?'' என்று கேட்டேன்.

“ஓ... நான் அவன் படித்த கல்லூரியின் கலை விழாவில் பேசச் சென்றபோது அறிமுகம் ஆனான். நானும் சித்திரங்கள் வரைவேன்... நீங்கள் இந்த வீட்டிற்குள் வந்ததுமே புரிந்து கொண்டிருப்பீர்களே... அதைப் பார்த்து ஆர்வம் கொண்டு வந்தவன். நான் வரைந்தது இங்கிருப்பதில் ஒன்றுதான்... மற்றவை எல்லாம் அவன் கைவண்ணம்தாம். பென்சிலால் ஓவியம் வரைவதில் அபாரத் திறமை உண்டு...''

“ம்...''

“ஆனால் பாருங்கள், அவன் பெற்றோர்கள் இவனது இந்தத் திறமைக்கு ஆதரவாளர்கள் இல்லையாம். அதனால், அவன் அதைப்பற்றி வீட்டில் பேசவே மாட்டானாம்.''

“ஐ... ஸீ...''

“உங்களைப் போன்ற வங்கி அதிகாரிக்குச் சொல்லித் தரவேண்டியதில்லை. தோழமை உள்ள உறவுதான் தொடரும் என்று... ஏனோ அவர்கள் வீட்டில் அந்தச் சூழ்நிலை இல்லை... இப்போது அவனும் யு.எஸ்.ல்தானிருக்கிறான்...''

“ம்ஹூம்...'' என்று நான் பொதுவாகப் பதிலளித்தேன்.

“சரி, பார்க்கலாம்...'' என்று அவரிடம் விடைபெற்றுக்கொண்டு கிளம்பினேன். திடீரென்று எனக்கு என் வாழ்க்கையில் ஏதோவொரு பள்ளம் விழுந்தது போல் தோன்றியது.

காரணம் அவர் வீட்டில் நான் பார்த்த ஆனந்தின் படம், என் மகன் 'விவேக்' கினுடயது. 'விவேகானந்தன்' முழுப்பெ-

யரை நாங்கள் 'விவேக்' என்றும், அவனுடைய நெருங்கிய நண்பர்கள் 'ஆனந்த்' என்றும் அழைத்தனர். நான் பார்த்து, உணர்ந்து, பாராட்டாத அல்லது தெரியாத என் மகனின் முகத்தை இந்த மனிதர் பார்த்துணர்ந்து உறவு கொண்டாடு-கிறார்.

வெறும் பதவியையும், பணத்தையும் பார்த்துக் கொண்டி-ருந்த நானும், என் மனைவியும் உறவின் பல நிறங்களைப் பார்க்கத் தவறிவிட்டோம்.

ஏதோ நினைத்துக் கொண்டவன் போல் திரும்பி 'விடு-விடு' வென்று விசுவம் வீட்டிற்குச் சென்று 'காலிங் பெல்' லை அழுத்தினேன்.

ஒரு விநாடிக்குப் பின் கதவைத் திறந்த விசுவம், திகைப்-படைந்தவராய், "ஏன் ஸார்... எதையாவது மறந்து விட்டீர்-களா?" என்று கேட்டார்.

"இல்லை... தாங்க்ஸ்..." என்று சொல்லிவிட்டுத் திரும்பி நடந்தேன்.

15. இருட்டின் நிறங்கள்

- தஞ்சை பிரகாஷ்

எங்க ஆண்ட்டி இருக்காங்களே அவங்களே ஒருமாறி ஸார்! ஒங்களுக்குத் தெரியாது, தஞ்சாவூர்லியே இது மாதிரி எத்தனை பேர் இருப்பாங்கன்றீங்க? எங்க ஆண்டி ஒண்டி-தான்! ஆமா! என்ன அப்படிப் பாக்குறீங்க? சின்ன பயலாட்-டம் இருக்கனேன்னுட்டா? என்ன ஸார் செய்யறது? காலே-ஜ்ல பி.ஏ. தேட் இயர் படிச்சிட்டிருக்கறேன்னு சொன்னாக்-கூட யாரும் நம்பமாட்டேங்கிறாங்க ஸார். போன வர்ஷம் 'காலேஜ் பேபி' ப்ரைஸ் யாருக்குன்றீங்க? எனக்குத்தான்! காலேஜிலேயே சின்னவனா அழகா எல்லா சப்ஜெக்ட்லியும் மொதல்ல இருக்கிற ஸ்டூடண்டுக்கு காலேஜ் பேபி" ப்ரைஸ் கெடைக்கும் ஸார்! காலேஜ் டேயன்னைக்கி கலெக்டரோட வைப். ஒவ்ஒர்த்தராக கூப்ட்டு ஸ்டேஜ்ல ப்ரைஸ் எல்லாத்-

தையும் ப்ரின்ஸ்ப்ஸ் முன்னால குடுத்தப்போ... ஏம்பேரையும் கூப்டாங்க.

பசங்க நடுவுல அந்தம்மா ஏங் கன்னத்தெத் தட்டி ஹவ்ஸ்வீட் யூ ஆர்ன்னு சொன்னதும் எனக்கு நாக்கெப் பிடுங்கிகிட்டு சாசுலாம்போல இருந்துச்சு ஸார்! ஸ்டேஜெ விட்டு கீழ இறங்கின ஒடனே ராஸ்கல் சிவா சொல்றான், “அவ ஒன்னெ அவளொட கார்லியே தூக்கிப்போட்டுண்டு போய்டப் போறாளோன்னு பயந்துட்டேண்டா”ன்னு. இந்தக் காலேஜ்ல சேந்ததே தப்பு ஸார்! இதேதான் ஸார் லெக்சரர்ஸ்ஸும் பண்றாங்க! ஒவ்வொரு அவர்லியும் ஒவ்வொரு லெக்சரர்க்கும் பதில் சொல்ல வேண்டீது படிக்க வேண்டியது படிக்க வேண்டிய லெஸன்ஸே கொச்சன்ஸ்க்கு ஆன்ஸர் சொல்ல வேண்டீது ப்ரிப்பேர் பண்ண வேண்டீது எல்லாம் நான்தான்! ப்ளாக் போர்டு க்ளீனிங் கூட நான்தான்! ஸர்வீஸ் தானே இதெல்லாம்ன்னு பேசாம இருந்தாக்கூட பசங்க உடமாட்டேங்கிறாங்க ஸார். எவனெப் பார்த்தாலும் அதென்ன ஸார் ஒரு வெஷமப் பார்வை? அண்ணைக்கிந்த சிவா பயல் கேக்கறான் ஸார் இங்க்லீஸ் ப்ரொபஸர் எச் ஆர் வி உன்னெ ரூம்க்குள்ள கூட்டிட்டுப் போயி என்னடா பண்ணினார்னு! ஸார் எனக்கு குப்ன்னு அழுகை வந்துடுச்சி ஸார்! அழுதுட்டா இன்னும் பேசீட்டே போவான் ஸார் ப்ளகாட்1 அதுனாலியே அடக்கிபிட்டேன். ஒடனே நெஞ்சில என்னோட வெரலாலெ ஒரு சிலுவை வரைஞ்சுகிட்டேன் ஸார். அப்பொ குபீர்ன்னு சிரிக்கிறான் சார். ந்த சிவா ரோக்! அவனுக்கென்ன ஸார் நாள் செய்ற எல்லாமே சிரிப்பாத்தானே இருக்கு சிலுவை போட்டுக்கறது. க்ளாஸ் பிகின் பண்றப்போ நானே எனக்குன்ற கண்ணெ மூடிகிட்டு ‘ப்ரே’ பண்றது. க்ளாஸ் டெக்ஸ்ட் புக்ஸ், நோட்ஸ்ஸோடே நான் கொண்டுவர்ர ‘நியுடெஸ்ட்மென்ட்ஸ் அண்ட் ப்ரேயர்’ புக் எல்லாமே ஏன் நான் கிறிஸ்தவங்கறதே இவனுக்கு கேலியா இருக்கு அதுல சின்னப்பயலா வேற இருக்கேனா... ரொம்ப களுவா போச்சு மெரட்றத்துக்கு பெரிய்ய இன்ட்டலக்ட் மாறி

பேசுவான் ஸார்... ஆனா க்ளாஸ் டெஸ்ட்ல எல்லாம் கன்-னம்தான்! கீழ் ஓதட்டெக் கடிச்சிட்டே ஒரு மாறியாப் பாப்-பான் ஸார் பயம்மா இருக்கும்!... பயம்னா இவங்கிட்ட மட்டுமா? எல்லார்ட்டையுமே பயமாத்தான் ஸார் இருக்கு எதுனாச்சும் பண்ணிடுவாங்களோன்னு காலைலருந்து சாயங்-காலம் வரைக்கும் ந்தப்பயல்கள் கிட்டெ அல்லாம் வேண்-டீருக்கு. சிவா இருக்கானே அவன் அசிங்கம் அசிங்கமாக 'கேள்ஸ்' விஷயமல்லாம் பேசுவான் ஸார். நான் போறேண்-டான்னு நகருவேன் உடமாட்டான் ஸார். பானுவெப்பத்தி சசியெப்பத்தி, ஹிஸ்ட்ரிக்கி வர்றாங்களே மேடம் ஜானகி அவங்களெப்பத்தி போட்நெக்கும் யூநெக்கும் நெக்கே இல்-லாமலும் ஜாக்கட் போட்டுட்டு வாறாளே அந்த சேட்டுப் பொன்னு குன்ஹி நிதம் ட்ரெய்ன்ல வர்றாளே பாரதி எல்லா-ரையும் பத்தி பச்சை பச்சையா ஓடைப்பான்! உண்மையாவும் இருக்கும் ஸார்! ஆனா உண்மை எல்லாத்தையுமே பேசீட்டா நல்லாவா இருக்கும்? ஆண்ட்டி சொல்வாங்க அப்படியெல்-லாம் க்ரூடா பேசக் கூடாதாம். சிவா ஒரு க்ரூட் பெல்லோ ஸார்!

எதுக்கு ஸார் மென்ஸ் காலேஜ்ல விமன்ஸெச் சேக்க-றாங்க? கோஎஜுக்கேஷன் எனக்குப் பிடிக்கவேல்ல ஸார்! நான் பியூஸில் சேந்தப்பதான். ஸார் பானு படிச்சா! ஆம்பள மாறி நிமிந்து நடப்பா ஸார். அவ காலேஜ் வராண்டால நடந்து வரும் போது பசங்கள்ளாம் கூட அடங்கி நிற்பாங்க, சிவா பய மட்டும் பழக்கத்தெ உடாமெ விஸில்லியே ஒரு தமிழ் சினிமா டூயட்டெ அடிச்சு விடுவான் ஸார். நிமிந்து அவனையும் என்னையும் ஒரு தடவை பாத்துட்டு க்ளாஸ்க்-குள்ள போய்ருவா ஸார். அப்போ எனக்கு உயிரே போய்டும் ஸார். அப்பப்பா! சிவப்பா குண்டா பொம்மெ மாறி அழகா இருப்பா ஸார் பானு. கை கால் எல்லாமே மொழு மொழுன்னு விரலாலே தடவி தடவிப் பண்ணினமாறி இருக்-கும் ஸார். நெறைய்ய தலைமுடி சுருள் சுருளா இருக்கும். பசங்களுமே சொல்லி வெச்ச மாறி அவளெ திட்டிக்குவான்க ஸார்! அவளே அஞ்ச பாத்தேன், அந்தப் பயலோட பாத்-

தேன், அந்த ப்ரொபஸரோட அங்க பாத்தேம்பானுக ஸார் ஒவ்வொரு பயலும், உண்மைல அப்டி இருக்காது ஸார்.

ஆனா பானுவுக்கு கூட என்னெப் பாத்தா எளப்பந்தான் இருக்கும் போல இருக்கு, இப்போ பானுவும் என்னோட க்ளாஸ்தான் ஸார்! அவகிட்ட வந்தாலே பயம்மா இருக்கு ஸார் அவளோடே டிரஸிங் மேக்கப்பே தனி ஸார், பானு ஏன் ஸார் இப்டி இருக்கா? ஒருநாள் காலைல படிக்கிறதுக்-காக சீக்கிரமாகவே காலேஜ்க்கு வந்து லாப்ல போயி உட்-காந்திருந்தேன். ஒண்டியமா ஒக்காந்துட்டு என்னவோமாறி இருந்துது. வராண்டால வந்து நின்னேன். திரும்பி பாக்கி-றேன் பானு வந்துட்டேயிருக்கறா! ஆமா ஸார். ஸ்கைப்ளு கலர்ல ஒரு ப்ராஸோ பாரி எந்த ஸ்மக்ளர்கிட்டேருந்தோ வாங்கீருக்கா சார்! என்னா பொருத்தமா ஒரு ஓய்ட் ஸில்க் ப்ளவ்ஸ். வெள்ளைக் கலர் கண்ணாடி வளையவ் ஒரு அடுக்கு ஒரு கைநெறய்ய வெள்ளை ஸ்ட்ராப் போட்ட ஓமேகா லேடீஸ் வாட்சு மறுகையில் ஸ்லிப்பர் ஹை ஹீல்! ஸாரி விளிம்பெல்லாம் புது மாடல் லேஸ் கட்டிங் வெச்சி தச்சு ப்ரமாதமா இருக்கா சார்! ஆனா வந்த ஓடனே “ஹாய் ஜோஸ்”ன்னு கூப்டுவாளோன்னு நெனைக்கிறேன் சார் ஆனா- “ஏய் காலேஜ் பேபி! ஏன் இங்க நின்னிண்டு இருக்கே?’ங்கறா சார்! என்னா திமிர் சார் இவளுக்கு, இவ ஜட்ஜ் வீட்டுப் பொண்ணாயிருந்தா அது இவளோட! எனக்-கென்ன அதப்பத்தி? அசிங்கமா தப்புத்தப்பா இவ பேசற இங்கிலீஷும் ஸ்டைலும் யாருக்கு வேணும்? சரியான மப் சார் இவ க்ளாஸ்ல! ஒரு சப்ஜெக்ட்லியாவது ஒரு எக்-ஸாம்லயாவது படிச்சு பாஸ் பண்ணீருக்காளா சார் இவ!? இவ என்னெப் பாத்து கேலி பண்றா சாரி புக்வம்; ஜீரா போளினுட்டு. ஆமா சார் நான் புக்வம்தான். எனக்கு வேற ஒண்ணும் வாண்டாம் சார். கிளாஸ்ல ப்ஸ்ட் அதான் சார் என்னோட எய்ம்! இது வரைக்கும் நாந்தான் பஸ்ட் அதுனா-லேதான் சார் பசங்களுக்கு கூட ஏங்கிட்ட கொஞ்சம் பயம், என்னால முடிஞ்ச ஒண்ணே ஒண்ணு படிச்சு மொதலா வர்-

றது.

எனக்கு மதர் கெடையாது! பாதர் எங்க இருக்கார்ன்னே தெரியாது! நான் ஒரு செல்ப் மேட் மான் ஸார். ஆனால் யாருமே என்னை ஒரு மான்னே ஒத்துக்க மாட்டேங்கிறாங்க. அண்ணைக்கி அந்த பஸ் கண்டக்கடச் “ஏய் தம்பி எளுந்திரிச்சி முன்ஸீட்ல அந்தம்மா இருக்காங்க பாரு, அவங்க பக்கத்ல உக்காரு. சின்னப் பையந்தானே”ங்கறான். நான் என்ன அப்ப சின்ன பயலா? ரெண்டு நிமிஷத்ல கண்டக்டர் ஏம்பக்கத்லவந்து ஏங் கையெப் புடிச்சு பரபரன்னு இழுத்து அந்தம்மா கிட்ட உக்காத்தீட்டுப் போய்ட்டான் சார்! ஒரே நிமிஷம் அந்தம்மா கவலையில்லாம நகந்து ஒட்டின மாதிரி சசுஜமா இருக்கா!

எங்க க்ளாஸ்லிலே படிக்கிறாளே குன்ஹி வடக்கத்திப் பொண்ணு — அவ ஒருநாள் சினிமா தியேட்டர்ல என்னெப் பாத்துட்டா! நானும் மரியாதைக்கி ஹலோன்னு ஒண்ணு போட்டு வெச்சேன், கூட்டமே இல்ல. ரெண்டுமுணு அவளோட சின்ன பிரதர்களோட வந்திருந்தார் அவளுடைய அண்ணா கோடியிலே உக்காந்திருந்தார். கூப்புடறா திடீர்ன்னு! போறேன்! அண்ணங்கிட்ட அறிமுகப்படுத்தி விடறா காலேஜ் பேபின்னு! அவ பக்கத்திலியே உக்கார வேண்டி ஆயிட்டுது. லைட்டெ அணைச்சிட்டான் — இதை கவனிக்கவேயில்லை. பிக்சர் தொடங்கீட்டுது. ஏதோ ஒரு அவார்ட் வாங்கின இங்கிலீஷ் படம்! சளசளன்னு இவ பக்கத்லருந்து இங்கிலீஷ்ல பேசுறா! படம் விறுவிறுன்னு போகுது. இவ என்னென்னமோ பேசிகிட்டேயிருக்கறா! இவ சாதாரணமா ஏங்கிட்ட இப்டி பேசுறவ இல்ல சார்! என்னாலியும் அவளொட பேச்செபாலோ பண்ண முடியல! ஏன்னா பாலோ பண்ண முடியிறமாறியா பேச்சா அது இல்ல! திடீர்னு என்னென்னமோ பண்ண ஆரம்பிச்சுட்டா அவர் கதகதன்னு அவளுடம்பு சுட்றது எனக்குத் தெரியிது! ஐயோன்னு கத்தணும் போல இருக்கு. என்னோட பர்மிஷன் இல்லாம என்மேல இவ்வளவு அட்வாண்டேஜஸ் எடுத்து-

கிட்றா சார் — என் தொடைமேல அவ தொடையெப் போட்டு அழுத்திக்கிறா சார் — எனக்கு ஒதறிட்டு எழுந்திரிச்சி ஓடணும்ன்னு இருக்கு.

சார். நான் அழுவுறேன். சுந்தி அழுணும்ன்னு இருக்கு. ஆனா ஒரு அடிமை மாறி அழுவுறேன் — பாத்துட்டாள்ன்னா என்ன பண்றதுன்னு வெக்கத்தோட அழுவுறேன். பக்கத்தல இருக்கற வங்களுக்கெல்லாம் தெரிஞ்சிடக்கூடாதேன்னு அடக்கி அழுவுறேன். படம் முடிஞ்ச ஓடனே குன்ஹியொட அண்ணா கால்லியே என்னெ எங்க வீட்ல கொண்ணாந்து உட்டுட்டுப் போனார் சார்! பாவம் ஆண்டி கேக்கறாங்க சார் “ஏண்டா மூஞ்சியெல்லாம் என்னமோ ஒதபட்டு வந்தாப்ல இருக்கு. எங்கியாவது அடிகிடிபட்டுச்சா என்ன?” என்னோட பாக்கட்ல இருக்கற கர்ச்சீபெ எடுத்துப் பார்த்தால் தெரியும் எவ்வளவு விப்ஸ்டிக்னு தெரியும்; சுபாரி கறை வேற!

ஆண்ட்டின்னாலே எனக்கு பயம்! - சார் அவுங்களைப் பாத்திருக்கீங்களா! பார்த்திருக்க மாட்டீங்க. மன்னார்குடில சர்ச்ல கூட்டிப் பெருக்கறது தண்ணி எறச்சு தோட்டத்துக்கெல்லாம் ஊத்றது. நம்ப ப்ரீஸ்ட் ஊட்டு வேலையெல்லாம் பாத்ரம் வெளக்கறது தண்ணிபுடிச்சு ரொப்புறது துணி தோச்சுப் போடறது கோயில் குட்டி வல்லேனா மணியடிக்கிறது. இதையெல்லாம் செஞ்சுகிட்டு மன்னார்குடில பாய்ஸ்போடிங் இருக்கே. அங்க சாப்ட்டு கிட்டு இப்டீ இருந்தவன் சார் நான்! கண்டவனும் வேல சொல்வான். சொன்னாளேன்னு செய்யவும் செய்வேன். செய்தாலும் ஒதப்பான்க! செய்யாட்டியும், அவ்ளோ திமிரு வந்திடுச்'சாம்பாங்க சார்! திடீர்னு அந்த போர்டின் பய்யங்களுக் கெல்லாம் ‘ஒரு ருஷி மாதிரி’ வந்திடும். பெரிய்ய பைய்யங்கள்ளும் ஒண்ணாச் சேந்துகிட்டு சின்னப் பயல்க கிட்ட வெளையாட்டெ ஆரமிச்சிடு வான்க! நாலு பேராச் சேந்து என்னெப் புடிச்சுருவான்க! ஒருந்தன் என்னோட சட்டெய அவுத்து எடுத்துடுவான். ஒருத்தன் ஷர்ட்ஸ்செ கழட்டி உடுவான். இன்னோருத்தன் ரெண்டை-

யும் உத்தரத்துக் கட்டெமேல தொங்க விட்டுடுவான், அம்மணமா ஓடம்புல ஒரு பிட் துணிகூட இல்லாம துணிக்காக, மறச்சுக்கறதுக்காக இங்கயும் அங்கயும் ஓடுவேன். ஒரே கூச்சல்தான் ஹோன்னுட்டு அம்மணமா வார்டங்கிட்ட போக முடியாது சொல்ல முடியாது, சொன்னாலும் பையன்க ஒத பிச்சு எடுத்துடுவான்க. கடைசீல கீழ அம்மணமா ஒக்காந்து மொழங்காலெக் கட்டிகிட்டு ‘ஓ’ன்னு அழுவேன். அப்டி ஒரு அரைமணி நேரம் கழிஞ்ச ஓடனே கால்சராயும் சட்டையும் என்மேல் வந்து விழும்.

எவனும் என்னெ என்ன வேணும்ன்னாலும் செய்வான் கேக்கமுடியாது. கேட்டாலும் ஒது! சொன்னாலும் ஒத! வேற வேலையா அந்த பக்கம் எவனாவது வருவான். வரும்போதே அங்க நாள் உக்காந்திருந்தா “என்னடா வார்டன் பொண்டாட்டி!”ன்னு கத்திகிட்டே ஏந் தலைல ஒரு குட்டு நறுக்குன்னு வெச்சுட்டுத்தான் அந்தப் பக்கம் போவான். ஆமா ஸார் போர்டிங்ல என்னோட ‘நிக்நேம்’ அதான்! வார்டன் லாஸரஸ் ஸார் இருக்காரே. எதுக் கெடுத்தாலும் இதமாறித்தான் ஜோஸ் எங்கே! ஜோஸெக் கூப்டு! ஜோஸ் இன்னும் வரலியான்னுதான் நிப்பார். ராத்ரீல் அவருக்கு கால்ல எண்ணெ தேச்சுவிட்டுக் கால் பிடிச்சுவுடணும். அவரோடயே படுத்துக்க வேண்டியிருக்கும். அவர் சொன்னபடி கேக்கல்லேன்னா நான் தேட்பாரத்தோடயே படிப்பெ நிறுத்தீட்டு போர்டிங்ல சமயலுக்கோ எண்ணெ ஆட்றதுக்கோ இல்லேன்னா தறி அடிக்கிறத்துக்கோ போயி இப்டி இருந்திருக்க வேண்டியிருந்திருக்கும் ஸார். லாஸரஸ் ஸாராலதானே ஸார் இந்த நெலைமைல இருக்கேன், அவர்தான் ஸார் மொத மொதல்ல சொன்னது! நீ ரொம்ப அழகா இருக்கடான்னு. அவர்தான் ஸார் மொதல் மொதல்ல எனக்கு பைபிள் குடுத்து படிக்கச் சொன்னதும்!

டோரா ஆண்டி மன்னார்குடிக்கு வந்து லாஸரஸ் பொர் வீட்ல தங்கீட்டு திரும்பிப் போறப்ப என்னெப் பார்த்தாங்க. ஆமா சார் அண்ணைக்கி வாஸரஸ் எஸாருக்காக பில்க்-

ரிம்ஸ் ப்ரோக்ரஸ் படிச்சுக்காட்டீட்டு இருந்தேன் ஸார்! டோரா ஆண்ட்டி வாஸரஸ் ஸாரொட ஒண்ணு விட்ட ஸிஸ்டர் ஸ்ப்பின்ஸ்ட்டர் லாஸரஸ் ஸாருக்கு மாறியே அவுங்களுக்கும் கல்யாணமே பண்ணிக்கப் பிடிக்கல்ல. ஆனா டோரா ஆண்ட்டி ஏம்மாறியே நல்ல செவப்பு. மில்ட்-டரியில் பதினஞ்சு வருஷம் டாக்டரா ஸர்வீஸ் முடிச்சுட்டு வந்தவங்க. நான் படிக்கிறதெப் பார்த்துட்டு 'என்னோட வந்-திர்றியாடா'ன்னாங்க. லாஸரஸ் ஸாரெ பயத்தோட பார்த்-தேன் கூட்டீட்டுப் போயேங்க்கா! யாரு வாண்டாம்ன்னாங்க" அப்டீன்னார் ஸார். நான் அப்பதான் எஸ்.எஸ்.எல்.ஸி க்ளாஸ்லே எங்க ஸ்கூல்லியே பஸ்ட்டா பாஸ் பண்ணீருக்-கேன். அந்த வாரக் கடைசிலயே ஆண்ட்டியோட தஞ்சாவூர் வந்து சேந்துட்டேன்.

ஸா•••ந்த இருட்டு இருக்கே அது என்னா நெறம்? அது-சரி•••ஏதோ ஒரு நெறம்! ஆனா அது ஈறுப்புன்னு சொல்-றாங்களே கறுப்பா? இருட்டுக்குப் பல நெறம் உண்டுன்னு எனக்குத் தோணுது ஸார்! ஆமா எல்லா நெறமும் சேந்-துதான் கறுப்பு, அந்த மாறித் தோணுது ஒரு அசட்டுத் தனமான யோசனை! .

நான் ஒரு டீன்ஏஜ் பாயாம்! ஆண்ட்டி சொல்றாங்க! இருக்கலாம் ஏன்னா எல்லார்ட்டியுமே பயப்படறேன். இல்-லியா? ஆமா! ஆண்ட்டியோட கட்டில்ல ஒண்ணாத் தூங்கும் போது லாஸரஸ் ஸார் ஞாபகம் வரும். ஏன்னா அவருக்கும் நான்கூடப் படுத்தாதான் தூக்கம் வரும். பத்து வருஷம் இருட்ல அவரோடதான் படுத்துத் தூங்கியிருக்கேன். பல வர்ணமான இருட்டுகள்ளாம் ஞாபகம் வருது. ஆமா!பல நெறம். செகப்பு இருட்டு! ஒருநாள் குளுகுளுன்னு தீல இருட்டு ஒருநாள் இருட்டு மஞ்சள். பச்சை ஊதா! குப்புறக் கெடக்கிறேன் ஒரு பெரிய சிலுவை என் முதுகுல ஊணி நிக்கிறாப்ல ஒரு நிமிஷம் மூச்சு மூட்டுது.. இப்ப இருட்டு வயலட் பழுப்பா தெரியுது. திரும்பவும் ஊதாவா?••• கருஞ்-சிவப்பு இருட்டு பூசிகிட்டே நெரம்பு துரத்த நெறமா

இருட்டு... எத்தனை இரவு பூத்த வர்ண இருட்டுகளுக்குள்ள பூந்து பூந்து....

ஸார்! எல்லாமே நான் சொல்லிக்கிற மாறிக்கி இருக்கும்கறது இல்ல. அப்படியெல்லாம் நான் சொன்னேன்னா என்னெ பைத்யம்ன்னு சுளுவா சொல்லிடுவீங்க. ஆண்ட்டிகிட்ட வந்து சேர்ந்ததும் இந்த பல பல நெறமான இருட்டு தோன்றதில்லை... ஆனா எல்லாமே கூடிகிட்டமாறி ஆய்டுச்சு ஸார். ஆண்டிக்கு முப்பத்தொன்பது வயசு ஆகுதாம். ஆனா மேலேயெல்லாம் நான் ஒன்னுமே கேட்டது கெடையாது. எனக்கு எல்லா வசதியும் பண்ணிக் குடுத்துருக்காங்க. மூணு வருஷமா அவுங்க செலவுலதான் படிச்சிட்டு இருக்கறேன். பி.ஏ. பாஸ் பண்ணின ஓடனே என்னெ பாரினுக்கு ஹயர் ஸ்டடீஸுக்கு அனுப்பப்போறாங்க. ஆண்ட்டிக்கி ஒரு அத்தை இருந்தாங்களாம். அவுங்களுக்கு ஒரு பொண்ணு இருக்கு. இங்ககூட அது வந்திருந்தது ஸார். அடுத்த வருஷம் எனக்கும் அந்த பொண்ணுக்கும் மாரேஜ் வெச்சிருக்காங்க. ஒரு தடவை அந்தப் பொண்ணு இங்கு வந்திருந்தப்போ ரொம்ப என்னோட பேசீட்டிருந்துது ஸார்! எனக்கு அப்ப தெரியாது கல்யாணமன்னு: ஆனா ஆண்ட்டி சொன்னப்போ வேண்டாம்னு சொல்லணும்னு நெனைக்கிறேன். ஆனா முடிலையே சார்!

ஆண்ட்டி கிட்ட வந்தபறம்கூட நான் சின்னப் பையந்தான்னு தெரியிது ஸார்! ஒரு மனுஷன் எப்ப ஸார் பெரியவனா ஆகிறான்? தானா யோசிச்சு தானா எதுவும் முடிவு பண்ணி செய்யும்போதுதானே ஸார்? நான் என்னைக்குமே டீன் ஏஜ் பாயாத்தான் இருப்பேனோன்னு தோணுது ஸார்! என்னெக் கல்யாணம் பண்ணிக்கப் போறாளே அந்தப் பொண்ணு ஜெனி அவகிட்ட கேட்டாங்களாம் ஸார்! என்னெப் புடிச்சிருக்கான்னு அவ"ம்!"ன்னாளாம் ஸார். பின்னால் ஆண்டிக்கி எழுதின ஒரு லெட்டர்வ எழுதியிருக்கா "ஓங்க கொழந்தை ஜோஸ் எப்டி இருக்கார்?" அப்டீன்னு! கேலி மாறி இருந்தாலும் இதுல ஒரு விஷயம் தெரியது

ஸார்! அவகூட என்ன ஒரு புருஷனா நெனைக்க மாட்-டாள்ன்னு தோணுது ஸார்! ஆன்டி கிட்ட இதெல்லாம் சொன்னா "பைபிள் எடுத்து படிடா கண்ணா. எல்லாம் சரிய்யாப் போகும்"பாங்க. ஆனா ஆன்டிகிட்ட நான் எப்டி இருக்கங்கறத்துக்கு ஜெனி குடுத்த ஒரு ஸாம்பிள்தான் அதுன்னு நெனச்சுக்கறேன். மைகாட்!

ஆமா பார்!

இருட்ட ஆரமிச்சுடுத்து இப்பல்லாம் இருட்டு கறுப்பா மட்டும் தோணுது சார்! முந்தி இருட்ட ஆரம்பிக்கும் போதே கறுப்போட எத்தனை நெறம் பூத்து வரும் தெரியுமா ஸார்.

எனக்கே ஆச்சரியமாத்தான் இருக்கு.

அடுத்த வருஷம் செப்டம்பர்ல எனக்கும் ஜெனிக்கும் கல்யாணம். அப்புறம் அவளோடெ அமெரிக்காவுக்கோ ப்ரான்ஸுக்கோ ஸ்டடீஸுக்காக போக வேண்மது!

ஆண்டி கிட்ட வந்தப்பறம்தான் இருட்டு சுறுப்பு சுத்-தக்கறுப்புன்னு தெரிஞ்சுது. ஆண்டியோட பெட்ரூம்லகூட இருட்டு கறுப்புதான். ஆமா? எனக்கும் ஒரு வீடு வரப்போ-குதே.

அப்ப இருட்டு என்ன நெறத்ல பூக்கும் ?

நெஞ்சையெல்லாம் என்னமோ போட்டு பெளைபெ-னைன்னு கடயற மாதிரி இருக்கு ஸார். ஜெனி வரப் போறாளே அவளோட — ஒண்ணா — தனியா எங்க-ளுக்கே எங்களுக்குன்னு தூங்கும் போதிந்த இருட்டு — சிவப்பா? மஞ்சளா? நிலமா? கறுப்பா? வெள்ளையா? ஊதாவா?

"ச்ச்சம்ந்த டீன்ஏஜ் ஐடியாஸ் எல்லாம் உனக்கு வேண்-டாம்ன்னு எத்தனை தடவை சொல்லீருக்கேன்? — நேர-மாச்சு! அங்க யார்ட்டெ பேசிருக்கே? இருட்டிப் போச்சும்ம! படுக்கவா!-"

ஆமா இருட்டுச்சுதான்! கறுப்பா இருட்டியிருக்கு! ஆன்ட்டி கூப்புட்றாங்க! இல்ல கூப்புட்ற மாறியே இருக்கு,

மூச்சு மூட்டுது மூச்சு முட்டுது ஆண்ட்டியொட கட்டில்ல!

16. ஒளி இயல்

1. ஒளி என்றால் என்ன?

மின்காந்தக் கதிர்வீச்சு. அணுவாகவும் அலையாகவும் உள்ளது.

2. ஒளி எத்தனை வகைப்படும்?

இயற்கை ஒளி - கதிரவன் ஒளி. செயற்கை ஒளி மின்னொளி.

3. ஒளியிலுள்ள நிறங்கள் யாவை?

ஊதா, அவுரி, நீலம், பச்சை, மஞ்சள், கிச்சிலி, சிவப்பு ஆகிய ஏழு நிறங்கள்.

4. வெள்ளை ஒளியை ஏழு நிறங்களாக எவ்வாறு பிரிக்கலாம்?

ஒரு முப்பட்டகத்தின் வழியாக ஒளியைச் செலுத்தி, மறுபக்கத்தில் திரையை வைக்க, அதில் ஏழு நிறங்கள் விழும்.

5. நிறமாலை என்றால் என்ன?

குறிப்பிட்ட நிலைமைகளில் ஒரு கருவியினால் உறிஞ்சப்படும் அல்லது உமிழப்படும் மின்காந்தக் கதிர்வீச்சு எல்லை.

6. நிறமாலையின் வகைகள் யாவை?

துய நிறமாலை, மாசுநிறமாலை, தொடர்நிறமாலை, வரிநிறமாலை எனப் பல வகை.

7. நிறமாலையிலுள்ள நிறங்கள் முறையே யாவை?

கீழிருந்து மேல். ஊதா, கருநீலம், நீலம், பச்சை, மஞ்சள், கிச்சிலி, சிவப்பு (விப்ஜியார்)

8. இயல்பு நிறமாலை என்றால் என்ன?

அலைநீள வேறுபாட்டிற்கேற்பக் கோணங்களில் பிரிக்கப்பட வேண்டிய நிறவரிகளைக் கொண்ட நிறமாலை.

9. ஒளி இயக்கம் என்றால் என்ன?

முனைப்படு ஒளியின் அதிர்வுத்தளத்தைச் சுழற்றும் பொருளின் பண்பு.

10. பார்வை இயல் என்றால் என்ன?

ஒளியியல். பார்வையின் இயல்பு, பண்புகள் ஆகியவற்றை ஆராய்வது.

11. ஒளியின் விரைவென்ன?

2.997 925 (1) x 108 ms-1

12. ஒளியின் விரைவில் ஒரு பொருள் செல்ல இயலுமா?

இயலும்.

13. ஒளியாண்டு என்றால் என்ன? ஓராண்டு ஒளி வெற்றிடத்தில் கடக்கும் தொலைவு. வானியலில் தொலைவின் அலகு. 9.4650 X 1015 மீட்டருக்குச் சமம்.

14. ஒளியின் இயல்புகள் யாவை?

1. நேர்க்கோட்டில் செல்லும். 2. ஓர் ஊடகத்திலிருந்து மற்றொரு ஊடகத்திற்குச் செல்லும்பொழுது விலகும். 3. அடியில் பட்டால் பிரதிபலிக்கும். பொருளின் உருவைக் காட்டும். 4. அலையாகவும் துகளாகவும் இருப்பது. 5. காந்தப்புலத்தில் வளைந்து செல்லும்.

15. ஒளியின் நேர்விரைவை அளக்க ஆய்வு செய்தவர்கள் யார்?

மைக்கல்சன் - மார்லி (1887).

16. ஒளி பிரதிபலித்தல் என்றால் என்ன?

ஒளி ஒரு பளபளப்பான பரப்பில் பட்டு எதிரொளித்தல்.

17. ஒளி பிரதிபலித்தலின் விதிகள் யாவை?

1. படுகதிர், செங்குத்துக்கோடு, பிரதிபலித்த கதிர் ஆகியவை ஒரே மட்டத்தில் இருக்கும். செங்குத்துக் கோட்டுக்கு எதிர்ப்புறத்தில் படுகரும் பிரதிபலித்த கதிரும் இருக்கும். 2.படுகோணம் = பிரதிபலித்த கோணம்.

18. ஒளிவிலகல் என்றால் என்ன?

ஒளி ஓர் ஊடகத்தின் வழியாகச் சென்று வெளிவரும் பொழுது தன் பாதையை விட்டு நீங்குதல்.

19. ஒளிவிலகலின் விதிகள் யாவை?

1. படுகதிர், செங்குத்துக்கோடு, விலகுகதிர் ஆகியவை ஒரே சமதளத்தில் இருக்கும். செங்குத்துக் கோட்டுக்கு எதிர்ப்புறத்தில் படுகதிரும் விலகுகதிரும் இருக்கும். 2. படுகோணத்தின் சைனும் விலகுகோணத்தின் சைனும் எப்பொ-

முழுதும் மாறா வீதத்தில் இருக்கும். வீதம் ஒளியின் நிறத்தையும் ஊடகங்களையும் பொறுத்தது.

20. ஒளிவிலகல்மானி என்றால் என்ன?

இது ஒருவகை நிறமாலை நோக்கி ஒளிவிலகல் எண்களைத் துல்லியமாகக் கணக்கிடுவது.

21. ஊடகம் என்றால் என்ன?

ஒளி ஊடுருவிச் செல்லும் பொருள். எ-டு செவ்வகம், முப்பட்டகம்.

22. ஒளி ஊடுருவாப் பொருள்கள் யாவை?

மரம், உலோகம்.

23. ஒளி கசியும் பொருள்கள் யாவை?

கண்ணாடித்தாள், தேய்த்த கண்ணாடி.

24. ஆடி என்றால் என்ன?

ஒளி பிரதிபலிக்கும் பரப்பு ஆடியாகும்.

25. ஆடியின் வகைகள் யாவை?

சமதள ஆடி, கோள ஆடி.

26. சமதள ஆடி என்றால் என்ன?

பிரதிபலிக்கும் பரப்பு சமமாக இருக்கும். எ-டு நிலைக் கண்ணாடி.

27. கோள ஆடி என்றால் என்ன?

பிரதிபலிக்கும் பரப்பு கோளமாக இருத்தல்.

28. கோள ஆடியின் வகைகள் யாவை?

குழியாடி, குவியாடி (மாய பிம்பம்).

29. குழியாடி என்றால் என்ன?

பிரதிபலிக்கும் பரப்பு குழிந்திருக்கும். இது பொதுவாக உண்மை பிம்பத்தை உண்டாக்கும்.

30. குழியாடியின் பயன்கள் யாவை?

நுண்ணோக்கியிலும், தொண்டையை ஆய்ந்து பார்ப்பதிலும் பயன்படுவது.

31. வளைவு மையம் என்றால் என்ன?

கோள ஆடியின் கோளத்தின் மையம்.

32. குவியத் தொலைவு என்றால் என்ன?

ஆடி மையத்திற்கும் முக்கிய குவியத்திற்கும் இடையி-லுள்ள தொலைவு. இது வளைவு ஆரத்தில் பாதி.

33. ஆடிமையம் என்றால் என்ன?

கோள ஆடியின் பிரதிபலிக்கும் பரப்பின் மையம்.

34. முக்கிய குவியம் என்றால் என்ன?

முக்கிய அச்சுக்கு இணையாக வரும் ஒளிக்கதிர்கள் அடியில் பட்டுப் பிரதிபலித்து, அவை எல்லாம் குவியும் புள்ளி.

35. முக்கிய அச்சு என்றால் என்ன?

ஆடி மையத்தையும் வளைவுமையத்தையும் சேர்க்கும் நேர்க்கோடு.

36. வளைவு ஆரம் என்றால் என்ன?

வளைவு மையத்திற்கும் ஆடிமையத்திற்கும் இடையிலுள்ள தொலைவு.

37. கண்ணாடி வில்லை என்றால் என்ன?

ஒளி ஊடுருவக் கூடிய துண்டு.

38. கண்ணாடி வில்லையின் வகைகள் யாவை?

குழிவில்லை, குவிவில்லை.

39. குழிவில்லை என்றால் என்ன?

ஓரங்களில் தடித்தும் நடுவில் மெலிந்தும் இருக்கும். மாயபிம்பம் உண்டாக்கும்.

40. குவிவில்லை என்றால் என்ன?

இது நடுவில் தடித்தும் ஓரங்களில் மெலிந்தும் இருக்கும். பொதுவாக உண்மை பிம்பங்களை உண்டாக்குவது.

41. குவிவில்லையின் பயன்கள் யாவை?

இது நுண்ணோக்கி, திரைப்பட வீழ்த்தி முக்குக் கண்-ணாடி முதலியவற்றில் பயன்படுவது.

42. குவியத் தொலைவு என்றால் என்ன?

வில்லையின் மையப் புள்ளிக்கும் முக்கிய குவியத்திற்கும் இடையிலுள்ள தொலைவு.

43. முக்கிய அச்சு என்றால் என்ன?

வில்லையின் வளைவு மையங்களைக் சேர்க்கும் நேர்க்கோடு.

44. முக்கிய குவியம் என்றால் என்ன?

முக்கிய அச்சுக்கு இணையாக வரும் ஒளிக் கதிர்கள் வில்லையில் பட்டு விலகலடைந்து மறுபக்கத்தில் அவை குவியும் புள்ளி.

45. ஒளிமையம் என்றால் என்ன?

முக்கிய அச்சும் வில்லையின் அச்சும் சேரும் மையம்.

46. பிம்பம் என்றால் என்ன?

ஒரு பொருளின் மாற்றுரு பிம்பமாகும். ஒளி விலகலாலும் பிரதிபலித்தலாலும் ஏற்படுவது.

47. பிம்பம் எத்தனை வகைப்படும்?

1. உண்மை பிம்பம். திரையில் பிடிக்கலாம். திரைப்படம். 2. மாய பிம்பம். திரையில் பிடிக்க முடியாது. நிலைக் கண்ணாடியில் விழுவது.

48. நிறம் என்றால் என்ன?

பார்வைக் கதிர்வீச்சின் அலை நீளத் தொடர்பாகக் கண் - மூளை மண்டலத்தில் ஏற்படும் உடலியல் உணர்ச்சி.

49. நிற வகைகள் யாவை?

1. கலப்பு நிறங்கள். 2. முதன்மை நிறங்கள். 3. சாயல் நிறம்.

50. கலப்பு நிறங்கள் என்றால் என்ன?

வேறுபட்ட அலை நீளங்களைக் கொண்ட ஒற்றை நிறக் கதிர்வீச்சு.

51. சாயல் நிறம் என்றால் என்ன?

கலப்பு நிறத்தோடு வெண்ணொளியைச் சேர்க்க அது நிறைவுறா நிறமாகும். இதுவே சாயல் நிறம்.

52. முதன்மை நிறங்கள் யாவை?

பச்சை, சிவப்பு, நீலம் ஆகிய மூன்றும்.

53. முதன்மை நிறங்களின் சிறப்பு யாது?

இம்மூன்றையுங் கலந்து எந்நிறத்தையும் உண்டாக்கலாம்.

54. ஒரு பொருள் வெள்ளையாகத் தெரியக் காரணம் என்ன?

அது ஏழு நிறங்களையும் வெளிவிடுகிறது.

55. ஒரு பொருள் கறுப்பாகத் தெரியக் காரணம் என்ன?

அது ஏழு நிறங்களையும் உறிஞ்சிவிடுகிறது.

56. ஒரு பொருள் குறிப்பிட்ட நிறத்தில் தெரியக் காரணம் என்ன?

ஒரு பொருள் சிவப்பு நிறத்தை வெளியிடும் பொழுது அது சிவப்பாகத் தெரியும். இது ஏனைய நிறங்களுக்கும் பொருந்தும்.

57. நிரப்பு நிறங்கள் என்றால் என்ன?

இரு நிறங்களைச் சேர்த்து, வெள்ளை உணர்ச்சியை உண்டாக்குவதற்கு நிரப்பு நிறங்கள் என்று பெயர்.

58. நிறக்குருடு என்றால் என்ன?

சில நிறங்களைப் பிற நிறங்களிலிருந்து பிரித்தறிய இயலாத நிலை. குறிப்பாகச் சிவப்பு, பச்சை நிறங்களைப் பிரித்தறிய முடியாத நிலை.

59. நிறப்பார்வை என்றால் என்ன?

வேறுபட்ட நிறங்களைப் பிரித்தறியும் கண்ணின் திறன்.

60. ஆக்பா நிறம் என்றால் என்ன?

மூவண்ணத்தைப் பயன்படுத்தும் நிறப் புகைப்படக்கலை.

61. இராமன் விளைவு என்றால் என்ன?

ஓர் ஊடகத்தின் வழியாக ஒற்றை நிற ஒளி செல்லும் பொழுது, அது தன் முதல் அலை நீளங்களாகவும் பெரிய அலை நீளங்களாகவும் (இராமன் வரிகள்) சிதறுதல்.

62. இராமன் விளைவின் பயன்கள் யாவை?

அடிப்படை ஆராய்ச்சியில் உலகெங்கும் பல துறைகளில் பயன்படுவது. காட்டாக, ஒரு நீர்மத்தின் மூலக்கூறு ஆற்றல் அளவை ஆராயப் பயன்படுவது.

63. இராமன் எந்த ஆண்டில் நோபல் பரிசு பெற்றார்? அதன் சிறப்பு என்ன?

1930இல் பெற்றார். நோபல் பரிசு பெற்ற முதல் இந்திய விஞ்ஞானி. அவர் பங்களிப்பும் அனைத்துலகத் தரத்திலுள்ள முதன்மையான பங்களிப்பு.

64. இந்திய அறிவியலின் தந்தை யார்?

சர். சி. வி. இராமன்.

65. நிறமானி என்றால் என்ன?

நிறங்களின் செறிவைப் பகுக்குங் கருவி.

66. மாறுநிலைக் கோணம் என்றால் என்ன?

அடர்மிகு ஊடகத்தில் எப்படுகோணத்திற்குச் சரியாகக் காற்றில் விலகுகோணம் 900 ஆகவிருக்கிறதோ அப்படு கோணம் அந்த ஊடகத்தின் மாறுநிலைக் கோணம். வைரத்-தின் மாறுநிலைக் கோணம் 2.450

67. முழு அகப் பிரதிபலித்தல் என்றால் என்ன?

படுகோணம் மாறுதானக்கோணத்தை விடப் பெரிதாக இருக்கும் பொழுது உண்டாகும் எதிரொளிப்பு.

68. இப்பிரதிபலிப்பு ஏற்பட நிபந்தனைகள் யாவை?

1. முதலில் ஒளிக்கதிர் அடர்மிகு ஊடகத்தின் வழியாகச் செல்ல வேண்டும்.

2. அதன் படுகோணம் அடர்மிகு ஊடகத்தின் மாறுதா-னக் கோணத்தைவிடப் பெரிதாக இருக்க வேண்டும்.

69. இப்பிரதிபலிப்பினால் உண்டாகும் வாழ்க்கைப் பயன்-கள் யாவை?

கானல் காட்சி ஏற்படுகிறது. வைரம் மின்னுகிறது.

70. கானல் காட்சி என்றால் என்ன?

காற்றடுக்கு அடர்த்தி வேறுபாட்டினால் ஒளிவிலகல் வழி முழு அகப் பிரதிபலிப்பு மூலம் நடைபெறும் நிகழ்ச்சி. வெயில் காலத்தில் மணற்பரப்பைப் பார்க்கும் பொழுதும் தார் சாலையைப் பார்க்கும் பொழுதும் நீர் ஓடுவது போல் காட்-சியளிக்கும்.

71. ஒளிவிலகல் எண் என்றால் என்ன?

ஓர் ஊடகத்திலிருந்து மற்றோர் ஊடகத்திற்கு ஒளிக்கதிர் செல்லும் பொழுது படுகோணத்தின் சைனுக்கும் விலகு கோணத்தின் சைனுக்குமுள்ள வீதம்.

72. சில பொருள்களின் விலகல் எண் யாது?

கிரௌன் கண்ணாடி 1.53, பனிக்கட்டி 1.31, வைரம் 2.417.

73. ஒளி விலகுதிறன் என்றால் என்ன?

தன்மேற்பரப்பில் நுழையும் ஒளிக்கதிரைத் திரிபடையச் செய்யும் ஊடகத்தின் அளவு.

74. ஒளி விலகல்எண்மானி என்றால் என்ன?

ஒரு பொருளின் ஒளிவிலகல் எண்ணைக் கண்டறியப் பயன்படுங் கருவி.

75. உருப்பெருக்கம் என்றால் என்ன?

உருவின் நீளத்திற்கும் பொருளின் நீளத்திற்கும் உள்ள வீதம். இது அதிகமாக அதிகமாகப் பொருள் பெரிதாகத் தெரியும். நோக்கு கருவிகளுக்குரியது.

76. ஒளிர் அளவு என்றால் என்ன?

விண்மீன்களின் சார்பு ஒளிர்த்தன்மை. இது தோற்ற ஒளிர் அளவு, தனி ஒளிர் அளவு என இருவகை.

77. ஒளிக்கருவிகள் யாவை?

புகைப்படப்பெட்டி, நுண்ணோக்கி, தொலை நோக்கி.

78. புகைப்படப்பெட்டி என்றால் என்ன?

நிழற்படங்கள் எடுக்க உதவும் கருவி.

79. பூதக்கண்ணாடி என்றால் என்ன?

ஒரு பொருளின் உருவைப் பெருக்கிக் காட்டும் கண்ணாடி கைக்கண்ணாடி வில்லை ஒரு பூதக்கண்ணாடியே.

80. நுண்ணோக்கி என்றால் என்ன?

பூதக்கண்ணாடியே நுண்ணோக்கி.

81. நுண்ணோக்கியை செப்பப்படுத்தியவர் யார்?

மூக்குக்கண்ணாடி செய்த டச்சுக்காரராகிய சக்காரியாஸ் ஜேன்சன், 1590.

82. நுண்ணோக்கியின் வகைகள் யாவை?

1. தனி நுண்ணோக்கி - பூதக்கண்ணாடி
2. கூட்டு நுண்ணோக்கி - பொருள்களை அதிகம் பெருக்கிக் காட்டுவது.
3. மின்னணு நுண்ணோக்கி - உருப்பெருக்கம் 2,50,000 தடவைகள் இருக்கும்.
4. புறஊதாக் கதிர் நுண்ணோக்கி - புற ஊதாக் கதிர்கள் பயன்படுத்தப்படுகின்றன. உருப்பெருக்கம் 1500 தடவைகள்.

83. புல அயனி நுண்ணோக்கி எப்பொழுது புனையப்பட்டது? இதன் சிறப்பென்ன?

1951இல் புனையப்பட்டது. தனி அணுக்களை இது படம் பிடிக்க வல்லது.

84. தொலைநோக்கி என்றால் என்ன?

தொலைவிலுள்ள பொருள்களைப் பார்க்க உதவும் கருவி.

85. தொலைநோக்கியின் வகைகள் யாவை?

1. நிலத் தொலைநோக்கி - நிலப் பொருள்களைப் பார்க்க உதவுவது.

2. வானத் தொலைநோக்கி - வானப் பொருள்களைப் பார்க்க உதவுவது.

86. கலிபோர்னியாவில் பலோமர் மலையிலுள்ள 200-அங்குல தொலைநோக்கி எப்பொழுது நாட்டுக்கு ஒப்படைக்கப்பட்டது?

1948இல் நாட்டுக்கு ஒப்படைக்கப்பட்டது.

87. தொலைநோக்கி அமைக்கும் முயற்சியைத் தொடங்கிய வர் யார்?

மூக்குக்கண்ணாடி செய்த டச்சுக்காரரான ஹேன்ஸ் லிபர்சே, 1608.

88. பிரதிபலிக்கும் தொலைநோக்கியைப் புனைந்தவர் யார்?

1668இல் நியூட்டன் புனைந்தார்.

89. எட்டப்பார்வை என்றால் என்ன?

விழிக்கோளம் சுருங்குவதால் அருகிலுள்ள பொருள்களில் இருந்து வரும் ஒளிக்குவியம் விழித்திரைக்குப் பின் விழுகிறது. இதனால் அருகிலுள்ள பொருள்களை மட்டுமே பார்க்க இயலும். இதைப் போக்கக் குவி வில்லையைப் பயன்படுத்த வேண்டும்.

90. கிட்டப்பார்வை என்றால் என்ன?

விழிக்கோளம் முன்னும் பின்னும் நீண்டு விடுவதால் தொலைபொருள்களிலிருந்து வரும் ஒளிக்குவியம் விழித் திரைக்கு முன் விழுகிறது. இதனால் தொலைவிலுள்ள பொருள்களைப் பார்க்க முடிவதில்லை.இதைப் போக்கக் குழிவில்லையைப் பயன்படுத்த வேண்டும்.

91. நிழல் என்றால் என்ன?

ஊடுருவாப் பொருள் ஒளியைத் தடுக்கும் பொழுது ஒரு பரப்பில் உண்டாகும் இருட்டு.

92. நிழலின் வகைகள் யாவை?

1. முழு நிழல் 2. அரை நிழல். கோள்மறைவில் இந்நிகழ்ச்சி உள்ளது.

93. குறுந்துளை என்றால் என்ன?

ஒளிக்கருவிகளில் ஒளியினை உள்விடுந் திறப்பு. எ-டு. ஒளிப்படப் பெட்டி, நுண்ணோக்கி.

94. துகள் கொள்கை என்றால் என்ன?

துகள்களாலனது ஒளி என்னுங் கொள்கை - நியூட்டன். அலைகளாலானது ஒளி என்பது மற்றொரு கொள்கை - தாமஸ் யெங்.

95. உருக்குறைபாடுகள் என்பவை யாவை?

நிறப்பிறழ்ச்சியும் கோளப்பிறழ்ச்சியும் ஆகும். முன்னதைக் கிரவுண் கண்ணாடியிலான குவிவில்லை, பிளிண்ட கண்ணாடியிலான குழிவில்லை ஆகியவற்றைக் கொண்டு போக்கலாம். பின்னதைத் வளைய வடிவத் தடைகளைப் பயன்படுத்தியும் குறுக்கு வட்டமான வில்லைகளைப் பயன்படுத்தியும் போக்கலாம்.

96. உருமாற்றி என்றால் என்ன?

தெரியா உருவைத் தெரியும் உருவாக மாற்றும் மின்னணுக் கருவியமைப்பு.

97. முன்னேறுஅலைகள் என்றால் என்ன?

இவை பரவும் பொழுது துகளில் உண்டாகும் அதிர்வியக்கம் இதர துகள்களுக்கு ஊடகத்தின் வழியாகப் பரவும். எ-டு. நீரலைகள்.

98. நிறமாலை நோக்கி என்றால் என்ன?

நிறமாலையைப் பெறவும் உற்றுநோக்கவும் பயன்படும் கருவி.

99. துவக்கி என்றால் என்ன?

குழாய் விளக்கில் மின்சுற்றை மூடித் திறக்கும் குமிழ் போன்ற அமைப்பு.

100. நிலை அலைகள் என்றால் என்ன?

ஒரே அலை நீளமும் ஒரே வீச்சுங் கொண்ட இரு அதிர்வுகள் எதிர் எதிர்த்திசையில் ஓர் ஊடகத்தில் பரவும் பொழுது, இவை உண்டாக்கும் அலைவியக்கம் முன்னேறு-வதில்லை. ஊடகத்தில் கணுக்களும் நள்ளிடைக் கணுக்க-ளும் உண்டாகும்.

101. டிண்டால் விளைவு என்றால் என்ன?

ஒளி வழியில் கூழ்மத் துகள்களில் ஒளிச் சிதறல் ஏற்படு-தல். இதனால் பார்க்கக் கூடிய ஒளிக்கற்றை உண்டாகிறது. இந்நெறிமுறை மீநுண்ணோக்கியில் பயன்படுகிறது.

102. பார்வை நிறமாலை என்றால் என்ன?

இ.5.

கதிரவன் நிறமாலை.

103.பிறழ்ச்சி என்றால் என்ன?

வளைவாடியிலும் கண்ணாடி வில்லையிலும் தோன்றும் உருவில் ஏற்படுங் குறை.

104. இப்பிறழ்ச்சியின் வகைகள் யாவை?

நிறப்பிழற்ச்சி, கோளப்பிறழ்ச்சி.

105. ஒளி ஏற்றச் செறிவு என்றால் என்ன?

ஓரலகு பரப்பின் மீது ஒரு வினாடியில் ஏற்படும் செங்-குத்துச் சுடரொளிப் பாய்வு.

106. குறுக்குத் தட்டம் என்றால் என்ன?

ஒளிப்படக்கருவி முதலியவற்றில் உள்விடும் ஒளியைக் கட்டுப்படுத்துவது.

107. விளிம்பு விளைவு என்றால் என்ன?

அலை விளைவு. ஒரு தடையின் விளிம்புகளில் அலை-கள் வளைந்து அதற்கப்பால் தடையின் நிழல் பகுதிக்குச் செல்லும் நிகழ்ச்சி விளிம்பு விளைவு. இந்நிகழ்ச்சி எல்லா அலைகளிலும் உற்று நோக்கப்பட்டுள்ளது.

108. விளிம்பு விளைவு வரிகள் என்றால் என்ன?

தடையின் நிழல் பகுதிகளுக்கருகில் சில வரிகள் தென் படும். இவற்றின் பொலிவு சிறுமம் பெருமம் என மாறி மாறி இருக்கும். இவை நிழல் விளிம்புக்கு இணையாக இருக்கும்.

109. விளிம்பு விளைவுக் கீற்றணி என்றால் என்ன?

ஒரு கண்ணாடித் தட்டே இதன் இயல்பான வடிவம். இதில் ஒன்றுக்கொன்று இணையாக வரிகள் கீறப்படும். ஒவ்வொரு வரியின் விளிம்பிலும் விளிம்பு விளைவு, ஒளிக்கோலங்களையும் வேறுபட்ட கோணங்களில் கறுப்பு வரிகளையும் உண்டாக்கும். வரி இடைவெளி அலை நீளத்தைப் பொறுத்தது. ஆகவே, விளிம்பு விளைவுக் கீற்றலைகள் படுஒளியின் நிறமாலைகளை உண்டாக்கப் பயன்படுபவை.

110. டயாப்டர் என்றால் என்ன?

வில்லை விலகுதிறன் அலகு. 0.5 மீட்டர் குவியத் தொலைவிலுள்ள ஒரு வில்லையின் திறன் 1/0.5 = 2 டயாப்டர்கள். குவிக்கும் வில்லையின் மதிப்பு + விரிக்கும் வில்லையின் மதிப்பு. இத்திறன் ஒரு மீட்டருக்கு இத்தனை ரேடியன் என்று கூறப்பெறும்.

111. ஒளிச்சிதறல் (பிரிகை) என்றால் என்ன?

கலப்பு அலை நீளமுள்ள ஓர் ஒளிக்கதிரை அதன் பகுதிகளாகப் பிரித்தல்.

112. நிறப்பிரிகை என்றால் என்ன?

ஒளிக்கதிர் முப்பட்டகத்தின் வழியாகச் செல்லும் பொழுது, அதன் பகுதிகளாகப் பிரியும். இதற்கு நிறப் பிரிகை என்று பெயர்.

113. நிறமாலை என்றால் என்ன?

நிறப்பிரிகையினால் கிடைக்கும் முழு நிறத்தொகுதி.

114. நியூட்டன் வட்டு என்றால் என்ன?

இதில் முதன்மை நிறங்கள் வரையப்பட்டிருக்கும். இதை ஒரு மின்னுந்தி இயக்கும். இப்பொழுது அது வெள்ளையாகத் தெரியும். இதிலிருந்து வெண்ணொளியில் ஏழு நிறங்கள் இருப்பது தெரிய வருகிறது.

115. நியூட்டன் என்றால் என்ன?

எம்.கே.எஸ். முறையில் விசையின் சார்பலகு. மதிப்பு மாறாதது.

116. நியூட்டன் வளையங்கள் என்றால் என்ன?

பிரதிபலிக்கும் பரப்பில் அதிக அளவு ஆரங் கொண்ட வில்லையை வைத்து மேலிருந்து ஒற்றை நிற ஒளியில்

ஒளி பெறச் செய்து உண்டாக்கப்படும் குறுக்கீட்டுக் கோலங்கள். இதை மேலிருந்து நுண்ணோக்கியால் பார்க்கத் தொடுபுள்ளிக்குப் பொது மையமாக ஒளிர்வான வளையங்களும் கறுப்பு வளையங்களும் மையத்தில் கறுப்புப் புள்ளியும் தெரியும்.

117. குறுக்கீடு என்றால் என்ன?

ஒரே பகுதியில் ஒரே அலைகள் செல்லும்பொழுது ஏற்படும் விளைவு. ஒவ்வொரு புள்ளியிலும் வீச்சு என்பது ஒவ்வொரு அலை வீச்சின் கூட்டுத் தொகை ஆகும்.

118. பிரிப்புமானி என்றால் என்ன?

பல கற்றைகளாக ஒளியைப் பிரிக்குங் கருவி. வில்லைகளையும் முப்பட்டகங்களையும் ஆய்ந்து பார்க்கப் பயன்படுவது. ஒளிக்கற்றைகளை இணைத்துக் குறுக் கீட்டை உண்டாக்குவது.

119. இருமடி எதிர்வீத விதி என்றால் என்ன?

ஒரு புள்ளியில் ஒளியூட்டச் செறிவு, அப்புள்ளிக்கும் ஒளி மூலத்திற்கும் இடையே உள்ள தொலைவின் இருமடிக்கு எதிர்வீதத்திலும் அம்மூலத்தின் ஒளி வீசுதிறனுக்கு நேர் வீதத்திலும் இருக்கும்.

L1L2=d12d22

L_1, L_2, - ஒளி வீசுதிறன். d_1, d_2, - தொலைவு.

120. இவ்விதியின் பயன் யாது?

இதைப் பயன்படுத்தி இரு விளக்குகளின் ஒளிவீசு திறனை ஒப்பிடுவதற்கான ஒளிமானிகள் செய்யலாம். அவற்றில் ஒன்று புன்சன் கிரீஸ் புள்ளிஒளி மானி.

121. மாறியமைதல் என்றால் என்ன?

மற்றொரு ஒளிமாற்றுருவாக ஒர் ஒளிமாறுதல்.

122. குண்ட் விளைவு என்றால் என்ன?

முனைப்படுதலுக்குட்படுத்திய ஒளியின் அதிர்வுத் தலச் சுழற்சி பற்றி ஆராய்வது. ஒளிக் கதிரின் திசையில் பகுதி பெற்றிருக்கும் காந்தப்புலத்தில், ஒருபடித்தான தனிமப் பண்புள்ள ஒளி ஊடுருவு ஊடகத்தில், இந்த ஒளி செல்லும்போது ஆய்வு நடைபெறுவது.

123. குண்ட் குழாய் என்றால் என்ன?

ஆகஸ்ட் குண்ட் என்பவர் பெயரால் 1866இல் அமைந்த கருவி. ஒளியின் விரைவை அளக்கப் பயன்படுவது.

124. நிக்கல் முப்பட்டகம் என்றால் என்ன?

கால்சைட்டுப் படிகத்திலிருந்து செய்த ஒளிக்கருவி, தள முனைப்படு ஒளி பெறப் பயன்படுவது.

125. கணு என்றால் என்ன?

நிலையான அலைக்கோலத்தில் அதிர்வு குறைவாக இருக்கும் புள்ளி.

126. எதிர்க்கணு என்றால் என்ன?

நிலையான அலைக்கோலத்தில் காணப்படும் பெரும அதிர்வுப்புள்ளி.

127. பார்வைமானி என்றால் என்ன?

பார்வையை அறியப் பயன்படும் கருவி.

128. சினெல் விதி என்றால் என்ன?

எவ்வகை இரு ஊடகங்களுக்கும் படுகோணச் சைன் வீதமும் விலகு கோணச் சைன் வீதமும் மாறா எண்.

129. முப்பரும நோக்கி என்றால் என்ன?

இது ஒரு இருகண் நோக்கியே.

130. சூம் வில்லை (லென்ஸ்) என்றால் என்ன?

திரைப்பட ஒளிப்படப் பெட்டியில் பயன்படும் வில்லைத் தொகுப்பு. ஒரே உருத்தளத்தில் உரு இருக்குமாறு குவிய நீளம் தொடர்ச்சியாக இருக்கவும் குவிய இழப்பு இல்லாமல் இருக்குமாறும் சரி செய்யப்படுதல்.

131. வாலஸ்டன் முப்பட்டகம் என்றால் என்ன?

இது முனைப்படு விளைவு கொண்ட கண்ணாடி, தல முனைப்படு ஒளியைப் பெறப் பயன்படுவது.

132. பிரஸ்னல் வில்லை (லென்ஸ்) என்றால் என்ன?

ஒளி வில்லை. இதன் மேற்பரப்பு சிறிய வில்லைகளைக் கொண்டிருக்கும். குறுகிய குவியத் தொலைவை அளிக்கு-மாறு இவை அமைக்கப் பெற்றிருக்கும். தலை விளக்குகளி-லும் துருவுவிளக்குகளிலும் பயன்படுவது.

133. கோள் மறைவு (கிரகணம்) என்றால் என்ன?

ஒரு விண்பொருள் மற்றொரு விண்பொருளால் மறைக்கப்படுவதற்குக் கோள் மறைவு என்று பெயர். இதில் மறைக்கும் பொருள், மறைக்கப்பட்ட பொருள், உற்றுநோக்கு நிலை ஆகிய மூன்றும் ஒரே நேர்க் கோட்டில் அமையும்.

134. திங்கள் மறைவு (சந்திர கிரகணம்) என்றால் என்ன?

கதிரவன், புவி, திங்கள் ஆகிய மூன்றும் ஒரே நேர்க் கோட்டில் இருக்கும். இப்பொழுது புவிநிழல் திங்களில் விழும். நன்றாகத் தெரியும். நிறைநிலாவில் நிகழ்வது.

135. கதிரவன் மறைவு (சூரிய கிரகணம்) என்றால் என்ன?

புவியின் மேல் திங்களின் நிழல் விழுவதால் இது ஏற்படுகிறது. திங்கள் முழுதாக மூடினால் அது முழு மறைவு. பாதியாக மூடினால் அது பாதி மறைவு. திங்கள் மறைவு போன்று அவ்வளவு தெளிவாகத் தெரியாது.

136. பிரோனோபர் வரிகள் என்றால் என்ன?

கதிரவன் நிறமாலையிலுள்ள இருள் வரிகள். கதிரவனின் வெப்ப உட்பகுதிப் பார்வைக் கதிர்வீச்சை உமிழ்கிறது. இவ்வீச்சின் சில அலை நீளங்களின் கதிரவ நிற வெளியில் தனிமங்கள் உள்ளன. இத்தனிமங்களின் உறிஞ்சுதலால் இவ்வரிகள் ஏற்படுகின்றன. இதைக் கூறியவர் ஜான் ஹெர்ஷல், 1823.

137. ஒளி மின்விளைவைக் கண்டறிந்தவர் யார்?

1887இல் ஹென்றி ஹெர்ஷல் கண்டறிந்தார்.

17. தனிப் பண்பாடு

'பூவே நீ பூச்சூடவா' இதுவும் நம் தமிழ் நாட்டுக் கலாச்சாரம். பூவையரைப் பூங்கொடிகள் என அழைப்பதில் நாம் பெருமை கொள்கிறோம். கொடிகள் போன்று தவழும் இடையும் மென்மையும் நம் மகளிரிடம் எதிர் பார்க்கப்படுகின்றன; கரிய கூந்தலில் பூக்களைத் தாங்கி முடிப்பது அவர்களின் தனியழகு; கோயில்களுக்குச் செல்லும் நம்

பாவையர் பட்டு உடுத்தி நெற்றியில் சிவப்பு இட்டுத் தலையில் பூச்சூடிச் செல்வதும் மறக்க முடியாத காட்சிகள். நம்மலர் தலையில் பூச்சூடிச் செல்லும்போது அவர்கள் அதை வியப்பாகப் பார்க்கின்றனர். பார்க்கட்டுமே; நமக்கு என்று சில அழகுகள் போற்றப்படுகின்றன, அவர்கள் இதழுக்குச் சிவப்பு ஊட்டுகின்றனர். நம்மவர்கள் நெற்றிக்குச் சிவப்பு தீட்டுகின்றனர். நிறங்கள் வேண்டும்; அந்த நிறத்தை நம்மவர் தலையில் பூக்களில் காட்டுகின்றனர். மணமும் ஊட்டுகின்றனர். செண்டுகள் அவர்களுக்குத் தரும் மணத்தை நம் மல்லிகைப்பூக்கள் கூந்தலுக்குத் தருகின்றன.

இதைப் பற்றிய ஒரு பிரச்சனையே சங்கப் பாடல் ஒன்று எழுப்பியிருக்கிறது. அதை ஒட்டித் திருவிளையாடற் புராணத்திலும் ஒரு வாதம் நடக்கிறது.

இறைவனே நக்கீரரைப் பார்த்துக் கேட்கின்றார்:

'பார்வதிக்குக் கூந்தலில் மணம் இயற்கையா செயற்கையா?' அவருக்கே ஒரு மயக்கம்.

"பழம்பாட்டின் கருத்து இது : தலைவியின் கூந்தலின் மணத்தை வண்டே நீ கண்டு இருக்கிறாய். நீ பல பூக்களை நாடி அதன் மனத்தை நுகர்ந்து இருக்கிருய். அந்த மணத்தோடு இதனை ஒப்பிட்டுச் சொல்; இந்த நறுமணத்தைவிட அது சிறந்ததா?" என்று தலைவன் ஒருவன் கேட்கிறான்.

அது அவன் கவிதையில் தோன்றும் நயம். அதை ஒட்டியே இந்த வாதம் எழும்பி உள்ளது.

இப்படி எந்தத் தலைவனும் ஆங்கிலப் பெண்ணின் வெட்டிய கூந்தலை வைத்துக் கவிதை புனைய முடியாது. அவள் கூந்தலும் சித்திரிக்கப்பட்ட கூந்தல்தான்; அதில் பலவகை நிறங்கள் தீட்டப்படுகின்றன. வாரி முடிக்கத் தேவை இல்லை; வாரிவிட அவை அமைந்துள்ளன. சுருள்கள் அக்கூந்தலுக்குத் தனியழகு தருகின்றன. ஏதோ இந்த நினைவு எழுந்தது; எழுதிவிட்டேன். தொடர்பு இல்லையே என்று எண்ணவேண்டாம்; நான் திட்டமிட்டுக் குறிப்பு வைத்துக்கொண்டு இதை எழுதவில்லை என்பதற்கு இது ஒரு

அடையாளம்.

0

இன்றைக்கு நாம் வெள்ளை, சிவப்பு, கருப்பு, மஞ்சள், பச்சை, நீலம் நிறங்கள் தவிரப் பிறவற்றைத் தமிழில் குறிப்பதில்லை.

வண்ணங்களுக்கான பெயர்கள் தமிழில் இல்லை என்பதால் குறிப்பிடவில்லை என்று சொல்வோருக்காக வண்ணங்களின் பட்டியலில் இதோ.

1. அடர் சிவப்பு - Cramoisy
2. அடர் நீலம் - Perse / Smalt
3. அடர் மஞ்சள் - Gamboge
4. அயிரை/ அசறை - Sandy colour
5. அரத்த(ம்) (நிறம்) - Heliotrope / Haematic
6. அருணம் - Bright red, colour of the dawn
7. அவுரி(நிறம்) - Indigo
8. அழல் நிறம் - Reddish colour of fire
9. ஆழ் சிவப்பு - Cinnabar
10. ஆழ் செந்நீலம் (ஊதா) - Claret
11. ஆழ் பழுப்பு - Brunneous
12. ஆழ் பைம்மஞ்சள் - Citrine
13. ஆழ்சிவப்பு - Cramoisy
14. ஆழ்நீலச் சிவப்பு - Aubergine
15. இடலை (ஆலிவ்வு) (நிறம்) - Olivaceous
16. இருள் சிவப்பு - Puccoon
17. இருள்சாம்பல் - Slate
18. இள மஞ்சள் - Flavescent / Primrose
19. ஈய(ம்) (நிறம்) - Plumbeous
20. ஈரல்நிறம் - Dark red colour, purple colour
21. உறைபால்(நிறம்) - Whey
22. எண்ணெய்க்கறுப்பு - Dark black colour
23. எலுமிச்சைம் - Citreous

24. ஒண்சிவப்பு - Cardinal
25. ஒளிர் செஞ்சிவப்பு - Phoeniceous
26. ஒளிர் செம்மை - Coccineous
27. ஒளிர் வெண்கலம் - Aeneous
28. ஒளிர் வெண்கலம் (நிறம்) - Aeneous
29. ஒளிர்சிவப்பு - Puniceous
30. ஒளிர்மஞ்சள் - Sulphureous / Vitellary
31. கசகசாச் சிவப்பு - Ponceau
32. கடல்நீல (நிறம்) - Ultramarine
33. கடற்பச்சை - Cerulean
34. கத்தரிநீலம் - Periwinkle (நித்திய கல்யாணி)
35. கபிலை / புகர்நிறம் - Tawny, brown or swarthy colour
36. கரு (நிறம்) - Sable
37. கருஞ்சிவப்பு - Porphyrous / Purpureal
38. கரும்பச்சை - Corbeau
39. கருமை - Nigricant / Nigrine
40. காயாம்பூ (நிறம்) - Purple colour
41. காளிமம் - Black colour
42. கிளிச்சிறை - Gold resembling the parrot's wing in colour
43. குங்குமச் சிவப்பு - Vermeil
44. குங்குமப்பூ(நிறம்) - Croceate / Saffron
45. குரால் - Dim, tawny colour
46. குருதிச்சிவப்பு - Erythraean / Sanguineous / Incarnadine
47. குருதிச்செம்மை - Vermilion
48. கோமேதக(நிறம்) -Topaz
49. சருகிலை (நிறம்) - Filemot
50. சாம்பல் - Cinerious
51. சாம்பல் பச்சை - Caesious / Sage
52. சாம்பல் மஞ்சள - Isabelline
53. சுடர் (நிறம்) - Flammeous

54. சுடுமண் (நிறம்) - Terracotta
55. சுதை வெண்மை - Cretaceous
56. செக்கர் - Reddish sky
57. செங் கருநீல (நிறம்) - Violet / Violaceous
58. செங்கருப்பு - Piceous
59. செங்கல்மங்கல் - Dim red colour
60. செங்கற்சிவப்பு - Lateritious / Testaceous
61. செந்தீவண்ணம் - Colour of glowing fire
62. செந்தூரச்சிவப்பு - Minium
63. செப்புநிறம் - Dark red colour
64. செம்பட்டை - Brown colour of hair
65. செம்பவளம் (மிகு சிவப்பு) - Deep red colour, Crimson colour
66. செம்பழுப்பு - Sinopia / Sorrel
67. செம்பு - Copper colour
68. செம்பூச்சி - Kermes
69. செம்பொன் - Titian
70. செம்மஞ்சள் - Jacinthe
71. செவ்வல் (செந்நிறம்) - Redness
72. சோணம் - Red colour, crimson colour
73. தசை (நிறம்) - Sarcoline
74. தவிட்டுநிறம் - Brown, dun colour
75. திமிரம் - Colour of Darkness
76. தும்பை நிறம் - Pure white colour
77. துமிரம் - Deep red colour
78. துரு (நிறம்) — Ferruginous
79. துருச் சிவப்பு — Rubiginous
80. துவர் (சிவப்பு) - Scarlet Red colour
81. துவரி (காவிநிறம்) - Salmon colour
82. தூயபழுப்பு - Sepia
83. தெள்ளுப்பூச்சி (நிறம்) - Puce
84. நட்டுச்சினைமண் - A kind of earth of the colour of crab's spawn

85. நல்சிவப்பு - Coquelicot
86. நறுமஞ்சள் - Lutescent
87. நன்மஞ்சள் - Luteolous
88. நன்னிறம் - White colour
89. நீல (நிறம்) - Azuline
90. நீல மணி - Sapphire
91. நீலச்சாம்பல் - Glaucous / Cesious / Gridelin / Lovat
92. நீலச்சிவப்பு - Amaranthine / Solferino
93. நீலப்பச்சை - Turquoise / Viridian
94. பச்சை - Chlorochrous
95. பசுமை - Virid
96. பழுக்காய் - Yellowish, orange or gold with red colour, as of ripe areca-nut
97. பழுப்பு மஞ்சள் - Fulvous
98. பழுப்புச் சிவப்பு - Castaneous / Rufous / Russet / Umber
99. பழுப்புச்சாம்பல் - Greige / Taupe
100. பளீர்சிவப்பு - Stammel
101. பனிவெண்மை - Niveous
102. பாணிச்சாய் (கள்போன்ற முத்துநிறம்) - Colour of a class of pearls, resembling that of toddy
103. பால்வண்ணம்
White colour
104. புகர் நிறம் - Tawny / Tan
105. புகைக்கரி - Fuliginous
106. புள்ளிச் சாம்பல் - Liard grey
107. புற்பச்சை - Prasinous
108. புறவு (நிற) - Columbine
109. பூஞ்சல் (மங்கனிறம்) - Brownish colour
110. பூஞ்சாயம் (அழுத்தமான சிவப்பு) - Deep, ruddy colour
111. பூவல் - Red colour

112. பைந்நீல(நிறம்) - Teal
113. பைம்பொன் - Chrysochlorous
114. பொன் மஞ்சள் - Goldenrod

வண்ணங்களின் அர்த்தங்கள், விளைவுகள்

கனி - வீட்டுக்கு ஒளி, ஆற்றல், ஆளுமையை வழங்குவதில் வண்ணங்களுக்கு நிகர் வேறெதுவும் இருக்கமுடியாது. குறிப்பிட்ட சில வண்ணங்கள் சில நேரங்களில் பிரபலமாக இருந்தாலும், அவற்றை வைத்தே உங்கள் வீட்டுக்கான வண்ணங்களைத் தேர்ந்தெடுக்க வேண்டுமென்ற எந்த அவசியமுமில்லை.

உங்களுக்குப் பிடித்த, உங்கள் ஆளுமைக்கு ஒத்துப்போகும் வண்ணத்தை வீட்டுக்குத் தேர்ந்தெடுப்பதுதான் சிறந்தது. ஆனால், வீடு முழுக்க ஒரே வண்ணத்தைப் பயன்படுத்தாமல் பல வண்ணங்களைப் பயன்படுத்துவது சிறந்தது. வண்ணங்களின் விளைவுகள், அர்த்தங்களைத் தெரிந்துகொண்டு தேர்ந்தெடுப்பது நல்லது. வண்ணங்கள் ஏற்படுத்தும் தாக்கங்களைப் பற்றித் தெரிந்துகொள்வதற்கான சில ஆலோசனைகள்...

ஆரஞ்சு - ஆரஞ்சு வண்ணம் உற்சாகம், ஆற்றலைக் குறிக்கும். தன்னம்பிக் கையை அதிகரிக்கும் வண்ணம் இது. வரவேற்பறை, படுக்கையறைக்கு இந்த வண்ணம் ஏற்றதல்ல. மகிழ்ச்சி, கொண்டாட்டங்களுக்கு ஆரஞ்சு நிறம் பொருத்தமானது. உடற்பயிற்சி அறைக்கு ஏற்ற வண்ணம் இது. முழுக்க முழுக்க அறைக்குப் பயன்படுத்துவதைவிட, சுவரின் ஒரு பகுதிக்கு மட்டும் ஆரஞ்சு நிறத்தைப் பயன்படுத்தலாம்.

அடர் சிவப்பு - ஆற்றலை வெளிக்கொண்டு வருவதற்கு அடர் சிவப்பு நிறம் ஏற்றது. உற்சாகம், துணிச்சலை வழங்குவதில் இந்த நிறம் சிறந்தது. உங்கள் தன்னம்பிக்கையை இந்த வண்ணம் அதிகரிக்கும். வரவேற்பறை, சாப்பாட்டு அறையில் உரையாடலைத் தூண்டுவதற்கு இந்த நிறம் பொருத்தமானது. வீட்டின் நுழைவாயிலில் அடர் சிவப்பு நிறத்தைப் பயன்படுத்தலாம். வரவேற்பறையில் பயன்படுத்தும் குஷன்களை அடர் சிவப்பு நிறத்தில் தேர்ந்தெடுக்கலாம்.

மஞ்சள் - மஞ்சள் சூரிய வெளிச்சத்தைப் பிரதிபலிக்கும் நிறம். மகிழ்ச்சி, ஒற்றுமையை வெளிப்படுத்தும் நிறம் இது. கவனம், அறிவாற்றல், மனநலத் திறனையும் இந்த வண்ணம் அதிகரிக்கும். உரையாடல்களை மேம்படுத்துவதற்கும் மஞ்சள் வண்ணம் உதவும். சமையலறை, சாப்பாட்டு அறை, குளியலறையில் பயன்படுத்துவதற்கு இந்த நிறம் சிறந்தது. வரவேற்பறை, நுழைவாயில், சிறய அறைகளில் மஞ்சளைப் பயன்படுத்தலாம்.

ஆனால், பெரிய அறைகளுக்கு மஞ்சள் ஏற்ற நிறமல்ல. பெரிய இடங்களுக்கு மஞ்சள் பயன்படுத்தும்போது அது எரிச்சல், கோபத்தை உருவாக்கும். அறைகளில் சிறய அளவில் மஞ்சளைப் பயன்படுத்துவது சிறந்தது என்கின்றனர் உட்புற வடிவமைப்பாளர்கள். வரவேற்பறையில் மஞ்சள் நிறக்கை நாற்காலியைப் பயன்படுத்தலாம்.

மென் நீலம் - நீலம், ரத்த அழுத்தம், இதயத்துடிப்பைச் சீராக வைத்திருக்க உதவும். அமைதியை அளிப்பதில் நீல நிறம் சிறந்தது. படுக்கையறை, குளியலறைக்கு நீலம் சிறந்தது. மென் நீலத்தைப் பயன்படுத்த விரும்புபவர்கள் வரவேற்பறைக்கு முக்கிய வண்ணமாகப் பயன்படுத்தலாம்.

அடர் நீலம்

அடர் நீலம், அமைதியைப் பிரதிபலிக்கும் நிறம். எண்ணங்களை அமைதிப்படுத்த இந்த நிறம் உதவும். ஆனால், இந்த நிறத்தைக் கூடுதலாகப் பயன்படுத்தினால் அது சோக எண்ணத்தை உருவாக்கும். உதாரணமாக, அடர் நீல நிற மேசை விளக்கை அறையில் பயன்படுத்தலாம்.

பச்சை - புத்துணர்ச்சி அளிக்கும் முதன்மையான வண்ணங்களில் ஒன்று பச்சை. வீட்டில் எந்த அறைக்கு வேண்டுமானாலும் இந்த வண்ணத்தைப் பயன்படுத்தலாம். மனஅழுத்தத்தைக் குறைக்க இந்த வண்ணம் உதவும். சமையலறை, வரவேற்பறையில் இந்த வண்ணத்தைப் பயன்படுத்துவது வீட்டில் ஒற்றுமையை அதிகரிக்கும். பச்சை, புதிய தொடக்கம்,

நிறங்களும் அவற்றின் குணங்களும்! - உலகம் வண்ணமயமானது. நாம் அன்றாடம் உண்ணும் உணவு முதல் உடுத்தும் உடை வரை எல்லாவற்றிலும் ஏராளமான வண்ணங்கள் காணப்படுகின்றன. ஒவ்வொரு வண்ணத்திற்கும் ஒரு குணமுண்டு. வெண்மை தூய்மையையும், சிவப்பு தடையையும் உணர்த்துவது இயல்பு. இவ்வாறே ஒவ்வொரு நிறமும் ஒவ்வொரு தன்மையை உடையது. பொதுவாக அடிப்படை நிறம் என்பது நீலம், மஞ்சள், சிவப்பு ஆகிய மூன்றே. வெண்மை மற்றும் கருமை நிறத்தைத் தனியாகவே குறிப்பிடுகின்றனர். மற்ற வண்ணங்கள் அனைத்தும் இவற்றின் கலப்பினாலேயே உண்டாகின்றன. ஒவ்வொரு வண்ணத்திற்கும் நம் வாழ்வில் ஒரு பங்கு உள்ளது.

உளவியலில்நிறங்கள் முக்கியப்பங்கு வகிக்கின்றன.இந்த வண்ணங்கள் நமது எண்ணங்களிலும் ஆதிக்கம் செலுத்தக்கூடியவை என்பதும் ஒருவர் விரும்பும் நிறத்தைக்கொண்டே அவர்கள் குணத்தையும் கணிக்க இயலும் என்பதும் உளவியலாளர்களின் கருத்து. உளவியலில், சிவப்பு, பச்சை, நீலம் மற்றும் மஞ்சளை அடிப்படை நிறங்கள் (Basic Colours) என்று சொல்லப்படுகிறது. நம் மீது தாக்கத்தை உண்டாக்கக்கூடிய நிறங்களாக அடிப்படை நிறங்களான மேற்கூறிய சிவப்பு, பச்சை, மஞ்சள், நீலம் இவற்றுடன் வெண்மை, கருமை, சாம்பல் நிறம்(Grey), ஆரஞ்சு, ஊதா(Violet), இளஞ்சிவப்பு (Pink) மற்றும் பழுப்பு) நிறங்கள் குறிப்பிடப்படுகின்றன.

பச்சை நிறமே பச்சை நிறமே: பசுமை நிறம் பொதுவாக சமநிலையையும் சூழலில் அமைதி நிலவுவதையும் குறிக்கிறது. பச்சை நிறத்தினைப் பார்க்கும்பொழுது நமது மனம் புத்துணர்ச்சி அடைகிறது. கண்களில் உள்ள லென்ஸ் நாம் பார்க்கும் ஒவ்வொரு நிறத்தின் அலைவரிசைக்கும் ஏற்றவாறு தன்னைத் தகவமைத்துக்(Adjustment) கொள்ளுகிறது. ஆனால், பச்சை நிறத்திற்கு அப்படிப்பட்ட தகவமைப்பு ஏதும் தேவையில்லை. வான வில்லின் நடுவில் அமைந்துள்ள இந்நிறமானது சமநிலையைச் சுட்டுகிறது. ஓய்வு நிலையை-

யும் செழிப்பையும் குறிக்கவும் பச்சை பயன்படுகிறது.

நீல நிறம், வானுக்கும் கடலுக்கும் நீல நிறம் : குளிர்ந்த நிறமாகக் கருதப்படும் நீலம், அறிவுத்திறனையும், நம்பிக்கையையும்,திறமையான தர்க்க ரீதியான செயல் பாட்டையும் குறிப்பிடுகிறது. நீல நிறம் மனதிற்கு இதமளிக்கக் கூடியதாகக் கருதப் படுகிறது. ஆழ்ந்த நீல நிறம், எண்ண ஓட்டங்களைச் சீராக்கி சிந்திக்கும் திறனை உயர்த்துகிறது. இள நீலமானது, மனதை அமைதிப்படுத்தி ஒருமுகப்படுத்துகிறது. அதிக அலை நீளமுள்ள நிறமாதலால், தொலைவில் உள்ள நீல நிறப்பொருட்கள் நம் கண்ணில் படுவதில்லை. இதனால்தான் போக்குவரத்து விளக்குகள் நீல நிறத்தைப் பயன்படுத்துவதில்லை. அதே அதிக அலை நீளம்தான், வானத்தை நீல நிறமாகத் தோன்றச் செய்யவும் காரணம்.

வலிமையின் நிறம் சிவப்பு: வறுமையின் நிறம் சிவப்பா என்று நமக்குத் தெரியாது. ஆனால் வலிமையின் நிறம் சிவப்புதான். ஆம், சிவப்பு வலிமையையும் துணிச்சலையும் ஆண்மை, ஆற்றல் ஆகியவற்றையும் குறிக்கும் நிறமாகக் கருதப்படுகிறது. தூண்டுதலை உண்டாக்குகிறது. ஒரு அறையில் உள்ள பொருட்களில் சிவப்பு வண்ணப் பொருள்தான் நமது கவனத்தினை முதலில் ஈர்க்கிறது. எனவேதான் போக்குவரத்து சைகைகள், அபாய எச்சரிக்கைகள் முதலியவை சிவப்பு நிறத்தைப் பயன்படுத்துகின்றன. ‘செய் அல்லது செத்து மடி’ என்ற உணர்வை உண்டாக்குவதும், நேரம் வேகமாக ஓடுவது போன்ற உணர்வைத் தோற்றுவிப்பதும் சிவப்பின் பிற தன்மைகள்.

மஞ்சள் மகிமை: மஞ்சள் உணர்வு பூர்வமான நிறம். தன்னம்பிக்கை, ஆக்க பூர்வ சிந்தனைகள், நட்புணர்வு, நேர்மறைச் சிந்தனை ஆகியவற்றின் குறியீடாகக் கருதப்படுகிறது. சிவப்பு நிறம் போலவே வலிமையையும் உணர்வுகளின் தூண்டுதலையும் கூட்டுவது மஞ்சளின் தன்மை. உத்வேகத்தை அதிகரிப்பதோடு நேர்மறை உணர்வுகளை ஏற்படுத்த வல்லது.

ஆனால் அளவுக்கதிகமான மஞ்சள் நிறம் அல்லது தவறான வண்ணங்களுடன் மஞ்சளின் இணைப்பு எதிரான பலனைத் தரக்கூடியது. அது நமது சுய மதிப்பைக் (Self Esteem) குறைக்கின்ற அல்லது பதட்டத்தையும் பயத்தையும் உண்டாக்கும் காரணியாகிவிடுகிறது.

ஆழமான ஊதாவே: ஆன்மீக உணர்வுடன் தொடர்புடையதாகக் கருதப்படும் இந்நிறம் நிறைவு, சொகுசு , தரம் ஆகியவற்றைக் குறிப்பதாகவும் விளங்குகிறது. ஊதா நிறம் ஆழ்நிலை தியானத்திற்கு உதவுகிறது. ஆன்மீக உணர்வைத் தூண்டக்கூடிய இந்நிறம் சீரான சிந்தனையையும், ஆழ்ந்த எண்ணங்களையும் ஊக்குவிக்கிறது.வானவில்லின் புறத்தில் கடைசியாக இருக்கும் நிறமாதலால், காலம்(Time), வெளி(Space)மற்றும் பிரபஞ்சம் (Cosmos) இவற்றுடன் தொடர்புடையதாகக் கருதப்படுகிறது. அதே சமயம் அதிகப்படியான ஊதாநிறப் பயன்பாடு தாழ்வு மனப்பான்மை, அழுத்தம், வெளிப்படையாகப் பேசாமை (Introvert) போன்றவற்றை ஏற்படுத்தக் கூடியது.

அதே போல் சரியான வண்ணக்கலவையாக இல்லாவிட்டில் அது அருவருக்கத் தக்கதாகத் தோற்றமளிக்கிறது.

ஆர்வம் தரும் ஆரஞ்சு: செயல்பாட்டைத் தூண்டக் கூடிய வண்ணம் ஆரஞ்சு. வளமை, பாதுகாப்பு, ஆர்வம், கதகதப்பு, வேடிக்கை ஆகியவற்றின் குறியீடு எனவும் ஆரஞ்சு வண்ணம் கருதப்படுகிறது. சிவப்பு மற்றும் மஞ்சள் வண்ணத்தின் கலவையால் ஆரஞ்சு உருவாவதால், செயல் திறன், உணர்வுகள் இரண்டையும் தூண்டும் தன்மையுடையதாக உள்ளது

இந்த வண்ணம். மனம் மிகுந்த சோர்வாக இருக்கும்பொழுது ஆரஞ்சு வண்ண உடை அணிவதால், மனச்சோர்வில் இருந்து விடுபட இயலும். அதே நேரம்,

இவ்வண்ணத்தை கறுப்புடன் சேர்த்துப் பயன் படுத்துகையில் இது எதையோ இழந்தது போன்ற உணர்வைத் தோற்றுவிப்பதாக மாறிவிடுகிறது. மேலும் அதிகப் படியான ஆரஞ்சு வண்ணம், அறிவீனத்தைக் (நீலத்திற்கு எதிரான தன்மை)

காட்டுகிறது.

வளர்ச்சியைக் குறிக்கும். படுக்கையறைக்கு ஏற்ற நிறம் பச்சைதான்

ஏழு நாட்கள் ஏழு நிறங்கள்: அதிர்ஷ்டம் தரும் ஆடை-கள்!..

வாரத்தின் ஏழு நாட்களும் ஒவ்வொரு தினத்திற்கும் உரிய ஏழு கிரகங்களால் ஆளப்படுவதாக வான் ஜோதிடத்-தில் நம்பப்படுகிறது.

ஒவ்வொரு கிழமைக்கும் அந்தந்த கோள்களுக்கான பிரத்யேக நிறங்களில் ஆடை அணிவது, நல்லவை நடக்கச் செய்யும் என்பது நம்பிக்கை. ஒவ்வொருவருக்கும் உரிய அதிர்ஷ்ட நிறமானது,•••

அவர்களின் பிறந்த தேதியைப் பொறுத்து மாறும் என்-றாலும், ஏழு நாட்களுக்கும் உரிய இந்த ஏழு நிறங்களும் அனைவரும் அணிவதற்கு ஏற்றது.

வாரத்தின் முதல் நாளான ஞாயிறு, கோள்களின் நடுவில் வீற்றிருக்கும் நாயகனான சூரியனுக்குரியது. சூரியதேவனின் அருள் பெற சிவப்பு நிறத்துடன், மஞ்சள் மற்றும் ஆரஞ்சு நிறமும் அணியலாம்.

சந்திரனுக்கு உரிய நாள், திங்கள். வெண்மை மற்றும் சில்வர் நிறங்களில் ஆடை அணிந்தால் அவர் ஆசி கிடைக்கும். மேலும், இது சிவனுக்கு உரிய நாளாகவும் விளங்குகிறது என்பதால், ஊதா நிறமும் சுபம் தரும்.

செவ்வாய் கிரகத்திற்கு உரிய நிறங்களான சிவப்பு மற்றும் பிங்க் நிறத்தில் செவ்வாய்க் கிழமைகளில் ஆடைகள் அணி-யலாம். மேலும், ஆரஞ்சு நிறத்திலும்அணியலாம்.

'பொன் கிடைத்தாலும் புதன் கிடைக்காது' என்பார்கள். அந்தளவுக்கு ராசியான கிழமை இது. பகவான் புதனுக் குரிய இந்தக் கிழமையில், பச்சை ஆடை உடுத்தி அவரின் அனுக்ரஹம் பெறலாம்.

வியாழன், குருவுக்குரிய நாள். மஞ்சள் ஆடை உடுத்தி குருவையும், இந்நாளின் தெய்வமான லஷ்மியையும் வழிபட, மங்களம் பெருகும்.

சுக்ரனின் ஆதிக்கக் கிழமை, வெள்ளி. கடல் நீல நிறத்திலும், வெண்மை நிறத்திலும் ஆடையுடுத்தி, குரு வையும், லஷ்மியையும் வெள்ளிக்கிழமைகளில் வெள்ளைப் பூக்களால் வழிபட்டால் ஞானமும், செல்வமும் வளரும்.

சனிபகவானுக்குரிய கிழமை, சனி. இந்தக் கிழமைகளில் அவரின் இஷ்ட நிறமான கருப்பு நிறத்தில் ஆடை கள் உடுத்தி, அவர் தரும் கஷ்டங்களில் இருந்து விடுதலை பெற்று, வளம் பெறலாம்...

ஞாயிறு ; சிவப்பு, மஞ்சள், ஆரஞ்சு

திங்கள் ; வெண்மை, சில்வர், ஊதா

செவ்வாய்; சிவப்பு, பிங்க், ஆரஞ்சு

புதன் ; பச்சை

வியாழன் ; மஞ்சள்

வெள்ளி ; கடல் நீலம், வெண்மை

சனி ; கருப்பு

நிறங்களின்ரகசியம் - சூரியனின் ஒளி, வெளிப்பார்வைக்கு வெண்மை நிறம்போலத் தோன்றும். அது, எல்லா நிறங்களையும் தன்னுள் அடக்கி வைத்துள்ளது. சூரிய ஒளியில் ஊதா, அவுரி, நீலம், பச்சை, மஞ்சள், கிச்சிலி, சிவப்பு என்னும் ஏழு நிறங்கள் உள்ளன. இந்நிறங்கள் ஒவ்வொன்றையும் தனித்தனியே எடுத்து அது அதற்குரிய அளவின்படி சேர்த்துக் குழைத்தால், இறுதியில் வெண்மை நிறம் தோன்றுவதைக் காணலாம்.

சூரியவொளியில் ஏழு நிறங்கள் அடங்கியிருப்பதை அறிந்த முன்னோர்கள், அதனை சூரியன் பவனி வருகின்ற தேரில் ஏழு குதிரைகள் பூட்டியிருப்பதாகக் கூறியுள்ளது, சூரியவொளியில் ஏழுவண்ணங்கள் இருப்பதைக் குறிப்பதாகும்.

சூரியனின் தேருக்கு ஒரு சக்கரம் மட்டுமே என்பது, உலகம் என்பதையும் அது உருண்டு கொண்டிருக்கிறது என்பதையும் குறிப்பதாகும்.

மனிதவுடம்பிலுள்ள புறவுறுப்புகளும் அகவுறுப்புகளும் ஏழுவகை நிறங்களோடு கூடியிருக்கின்றன. உடல் உறுப்பு-

கள் செழிப்பதாகவும்

செம்மையாகவும் இருக்கும் போது, உறுப்புகளின் நிறங்களும் செம்மையாக இருக்கும். உறுப்புகள் நோய்க்குள்ளாகும்போது, உறுப்புகளின் நிறமும்...... குன்றிவிடும்.

உறுப்புகள் இழந்த நிறத்தை மீண்டும் பெற வேண்டுமானால், உறுப்புகள் அடைந்த பிணி போக வேண்டும், பிணி போக வேண்டுமானால்,...

நோய்க்குரிய மருந்துண்ண வேண்டும். நோய் எந்த நிறத்தைக் கொண்டதோ அந்த நிறத்து மருந்து அந்த நோயைத் தீர்க்கக் கூடியது.

செயற்கைப் பொருள்களைப் பாதுகாக்க பூசப்படுகின்ற நிறம் வெளுத்துவிட்டால், மீண்டும் நிறம் பூசுவதைப் போல உறுப்புகளைப் பாதுகாக்கும்

நிறம் ஒளியிழந்துவிட்டால், மீண்டும் உறுப்புகள் நிறம்பெறச் செய்ய அதற்குரிய நிற நீரைப் பருக வேண்டும்.நிற நீர் என்பது, நிறம் கலந்த நீரல்ல.

சூரியவொளி இயற்கைப் பொருள்களால் ஆனது. அது போல், உடம்பினது உறுப்புகளும் இயற்கைப் பொருள்களானது என்பதால், இயற்கையான......

நிறத்தையேஉறுப்புகளுக்கு ஏற்ற வேண்டும்.பல நிறமுடைய கண்ணாடிக் குப்பிகளில் சுத்தமான தெனி நீரைநிரப்பி, சூரியவொளியில்......

வைத்தெடுத்து, அந்த நீரைப் பருகி வந்தால், உடம்பில் குறைந்துபோன நிறம் மீண்டும் ஒளிபெறும். உறுப்புகள் இழந்த நிறத்தை மீண்டும்

பெற்று.......

அழகுடன் விளங்கும்.சூரியவொளி நிறம் ஏழு எனச் சொல்லப்பட்டாலும் அவை ஏழும் இரண்டு நிறங்களுள் அடங்கும். அவை இரண்டும் **சிவப்பு,.......**

நீலம் ஆகும். இவ்விரண்டு நிறங்களின் சேர்க்கையால் பல நிறங்கள் தோன்றுகின்றன.

உலகில் நிகழ்ந்து கொண்டிருக்கும் ஆற்றல்கள் அனைத்தையும் பகுத்து ஆராய்ந்தால் அவை வெப்பம், தட்பம் என்-

னும் இரண்டு அடங்கும்.

பருப்பொருளை நுண்ணியதாக்கி விரிவடையச் செய்வது, சூடு. இது வெப்பம். நுண்ணிய பொருளை ஒருங்கு திரட்டு-வது, குளிர்ச்சி. இது தட்பம்......

வெட்பமும் தட்பமும் தம்மில் மிகாமலும் குறையாமலும் ஒத்து நிற்குமானால், உலகமாகிய பேருடம்பும் உடலாகிய சிற்றுடம்பும் சிதைந்து.......

போகாமல் நிலைத்து நிற்கும். அவ்வாறல்லாமல், ஒன்று மிகுந்தும் ஒன்று குறைந்தும் இருக்குமானால், உலகமும் உடம்பும் நிலைகுலந்து போகும்.

பச்சை நிறம் புதன் கிரகத்தின் நிறம் என்பதால், புதன் கிரகத்தின் நிறம் என்பதால், புதன் கிரகத்தின் அதிர்வலை-களும் அதிலிருந்து வெளிவரும்

நீல நிறம் அமைதியைத் தரும் என்பதால், சுறுசுறுப்பாக இருக்கக்கூடிய தொழிற்கூடம், விளையாட்டுக் களம், ஓட்டு-நர்கள் நீல நிறத்தைப் பயன்படுத்தக்கூடாது.

எதிர்மறையான விளைவுகளைத் தருகின்ற அனைத்-தையும் எரிக்கும் தன்மை கொண்டது.இண்டிகோ நிறத்தை அணிகின்றவர்கள் அழிக்கும்...... தன்மையைப் பெறுவார்-கள்.

ஊதா நிறத்தை அணிவதன் மூலம் படைப்பாற்றல் கொண்டவர்களாக ஆக முடியும்

நிறங்களை முதன்மை நிறங்கள் மற்றும் இரண்டாம் நிலை நிறங்கள் என இரு வகைகளாக பிரிக்கலாம் சிகப்பு பச்சை மஞ்சள் அதாவது (Red Green Blue)ஆகியவை முதன்மை நிறங்கள் எனப்படும் இந்த நிறங்களை மற்றும் நிறங்களின் கலவையிலிருந்து உருவாக்க முடியாது இம்-மூன்று முதன்மை நிறங்களைக் கொண்டு நான் பிற நிறங்-களை உருவாக்கலாம் இந்த முதன்மை நிறங்களில் 2 அல்லது மூன்று நிறங்களையும் சேர்த்து பிற நிறங்களை உருவாக்க முடியும்.

நிறங்களை முதன்மை நிறங்கள் மற்றும் இரண்டாம் நிலை நிறங்கள் என இரு வகைகளாக பிரிக்கலாம் சிகப்பு

பச்சை மஞ்சள் அதாவது (Red Green Blue)ஆகியவை முதன்மை நிறங்கள் எனப்படும் இந்த நிறங்களை மற்றும் நிறங்களின் கலவையிலிருந்து உருவாக்க முடியாது இம்மூன்று முதன்மை நிறங்களைக் கொண்டு நான் பிற நிறங்களை உருவாக்கலாம் இந்த முதன்மை நிறங்களில் ...

ஓவியத்திற்கான முதல் வண்ணங்கள் - வண்ணங்கள் கொண்டு ஓவியம் வரையும் முறை 40,000 ஆண்டுகளுக்கு முன்பே தொடங்கியது. அதுவும் முதலில் ஓவியர்கள் வெறும் ஐந்து நிறங்களைக் கொண்டு தான் ஓவியங்கள் தீட்டப்பட்டன. அவை, சிவப்பு. மஞ்சள், காவி, கருப்பு மற்றும் வெள்ளை. சரி முதல் நிறமிகள் எது எது என்று தெரியுமா? இரும்புச்சத்து அதிகம் கொண்ட மண்ணைக் கொண்டு தான் சிகப்பு வண்ணம் கண்டறியப்பட்டு குகைகளின் கலாச்சாரத்தைப் பற்றிய ஓவியங்களை தீட்டினர். “லபிஸ் லசுலி” என்ற அறிய வகை கல்லைக் கொண்டுதான் நீல வண்ணத்தினை தீட்டினர்.

எகிப்தியர்களும் வண்ணங்களும் - பண்டைய எகிப்தியர்கள் நோய்களை குணப்படுத்த வண்ணங்களை பயன்படுத்தி வந்தனர். வெளிச்சமில்லாமல் வாழ்க்கை இல்லை என்பதை உணர்ந்த அவர்கள் சூரியனை வணங்கினர். அவர்கள் இயற்கையை பார்த்து தங்கள் வாழ்க்கையின் பல அம்சங்களில் அதை நகலெடுத்தனர். அவர்களின் கோயில்களின் மாடிகள் பெரும்பாலும் பசுமையாக இருந்தன அதன் நதி, நைல் உடன் வளர்ந்த புல் போன்றது. நீலம் எகிப்தியர்களுக்கு மிகவும் முக்கியமான நிறமாக இருந்தது; வானத்தின் நிறம்.

வண்ணங்களின் பாடம் - நமது பள்ளி காலங்களில் நாம் பயன்படுத்தியது மிகவும் அடிப்படையான வண்ணங்களான 12 வண்ணங்கள் தான். பொதுவாக அடிப்படையாக வண்ணங்கள் என்று பார்த்தால் சிவப்பு, பச்சை மற்றும் நீலம். ஆனால் 12 வண்ணங்களை மழலைகளுக்கு அறிமுகப்படுத்தும் எண்ணம் கொண்டு இவ்வாறு செய்தார்களோ என்-

னவோ . அது கொஞ்சம் கொஞ்சமாக 24 வண்ணங்கள் ஆகியது அப்படியே படிப்படியாக வளர்ந்து இன்று லட்சக்கணக்கான வண்ணங்கள் இருப்பதாக கூறுகிறார்கள்.ஒரு பிரபல துணிக்கடை கூட சாதனைக்காக 50,000 வண்ணங்களில் ஒரு புடவையை நெய்து வெளியிட்டனர்.

வண்ணங்கள் ஒவ்வொரு உருவங்களையும் வடிவங்களையும் வெளிப்படுத்த உதவுவன என்றானாலும் அதனுள் இருக்கும் உணர்வுகளை விட்டுவிட முடியாது. ஒவ்வொரு வண்ணத்திற்கென்று ஒரு உணர்வு இருக்கின்றது. இங்கே பொருளின் தன்மையை உணர்ந்தவருக்கு ஒரு விதமாகவும், பொருளின் தன்மையை உணராதவருக்கு ஒரு விதமாகவும் வண்ணங்கள் வெளிப்படுத்துவதில்லை, ஆனால் காண்போர் உணர்வு கொண்டும், அறிவு கொண்டும் தான் பொருளின் தன்மை உணரப்படுகின்றது.

எளிமையாக வாழ்பவர்கள் நிறைந்து இருக்கும் நம் இந்தியாவில் நாம் இப்போது செய்யக்கூடிய ஒன்று வண்ணங்களை ரசிப்பது, உணர்வது மற்றும் புரிந்துகொள்வது. ஒரு ஓவியத்தையோ அல்லது ஒரு பொருளையோ நாம் பார்க்கின்றோம் என்றால் வண்ணங்களை மறந்து அந்த படைப்பை ரசிக்கிறோம் என்றால் அதற்கான பெறுமை அந்த வண்ணங்களுக்கும் சாரும். வண்ணங்களைக்கொண்டும் விழாக்கள் கொண்டாடும் இந்தியாவில் பிறந்து வண்ணங்களை ரசிக்கவில்லை என்றால் எப்படி. வாழ்வின் ஒவ்வொரு நாளும் நம்மோடு இருக்கும் வண்ணங்களை ரசிப்போம்.

www.ingramcontent.com/pod-product-compliance
Lightning Source LLC
Chambersburg PA
CBHW040108180526
45172CB00009B/1269

9781638866855